SÁCH CÔNG THỨC CÀ PHÊ TUYỆT VỜI

100 công thức tuyệt vời để tạo ra những ly cà phê độc đáo và thú vị tuyệt vời sẽ gây ấn tượng với bạn bè và gia đình

Trâm Hạ

© COPYRIGHT 2022 ĐÃ ĐẢM BẢO TẤT CẢ QUYỀN

Tài liệu này nhằm cung cấp thông tin chính xác và đáng tin cậy liên quan đến chủ đề và vấn đề được giải quyết. Ấn phẩm được bán với sự hiểu biết rằng nhà xuất bản không có nghĩa vụ cung cấp các dịch vụ kế toán, bị xử phạt chính thức hoặc đủ tiêu chuẩn. Nếu tư vấn là cần thiết, pháp lý hoặc chuyên nghiệp, một cá nhân thực hành trong nghề nên được ủy quyền.

Không phần nào của tài liệu này có thể được sao chép, sao chép hoặc truyền dưới dạng điện tử hoặc bản in dưới bất kỳ hình thức nào. Việc ghi lại ấn phẩm này bị nghiêm cấm và mọi hoạt động lưu trữ tài liệu này đều bị cấm nếu không có sự cho phép bằng văn bản của nhà xuất bản. Đã đăng ký Bản quyền.

Cảnh báo Tuyên bố miễn trừ trách nhiệm, thông tin trong cuốn sách này là đúng và đầy đủ theo hiểu biết tốt nhất của chúng tôi. Tất cả các khuyến nghị được thực hiện mà không có bảo hành về phía tác giả hoặc xuất bản câu chuyện. Tác giả và nhà xuất bản từ chối mọi trách nhiệm pháp lý liên quan đến việc sử dụng thông tin này

tóm lược

GIỚI THIỆU 4
CÔNG THỨC CÀ PHÊ 5
  1. Cà phê Bedouin 6
  2. Bánh ngọt cà phê sữa 8
  3. Bánh sô cô la và cà phê 10
  4. Latte thảo quả và quế mùa đông 13
  5. Bánh chuối chocolate 14
  6. Cà phê latte 16
  7. Cà phê latte nhà làm 18
  8. Cà phê Ireland 19
  9. Chuối cà phê socola 20
  10. Cà phê có ga 21
  11. Cà phê sữa 23
  12. Cà phê thảo quả 24
  13. Cà phê espresso lạnh 26
  14. Mocha đá lạnh và lắc bạc hà 27
  15. Cà phê rum kem 29
  16. Kẹo cà phê công thức 31
  17. Kem cà phê Bavarian 32
  18. Cà phê sữa đá 34

19. Cà phê đá cốt dừa caramen 35
20. Cappuccino shot với vani và muối 37
Công thức làm bánh 38
CHAY 94
MÓN NGON 145
KẾT LUẬN 182

GIỚI THIỆU

Cà phê là một trong những đồ uống được tiêu thụ nhiều nhất vào buổi sáng, sau các bữa ăn chính hoặc vào buổi chiều để dùng kèm với một bữa ăn nhẹ hoặc đơn giản là để giữ giấc ngủ và sự lười biếng.

Thức uống này có tác dụng sinh nhiệt và giúp giảm cân, cũng như giúp chống đau đầu, kích thích hệ thần kinh, tăng khả năng học tập và thậm chí ngăn ngừa các bệnh như tiểu đường và Alzheimer.

Ngoài ra, những người hâm mộ đồ uống sẽ rất vui khi biết rằng tất cả các loại đậu đều có thể được sử dụng trong cả món ngọt và món mặn cũng như trong nhiều công thức nấu ăn khác nhau. Với ý nghĩ đó, tôi đã biên soạn một danh sách các công thức pha cà phê tốt nhất để bạn thử ngay!

CÔNG THỨC CÀ PHÊ

1. Cà phê Bedouin

Thành phần

- 750ml nước
- 2 muỗng cà phê bạch đậu khấu tươi
- 1 muỗng cà phê bột quế
- 1/2 muỗng cà phê gừng tươi nạo
- 8 muỗng cà phê da lộn mới xay
- 2 muỗng cà phê đường

sự chuẩn bị

1. Đối với cà phê kiểu Bedouin, cho gia vị và gừng vào nồi. (Bình cà phê điển hình có tay cầm là tốt nhất cho việc này.)
2. Bây giờ thêm nước và đun sôi. Giảm nhiệt xuống mức tối thiểu và đậy nắp nước (để nước không bay hơi quá nhiều) đun nhỏ lửa trong 10 phút.
3. Thêm mocha và đường, khuấy một lần và để cà phê sôi dưới nắp trong 5 phút. Đổ vào bát nhỏ và phục vụ.

2. Bánh ngọt cà phê sữa

Thành phần (bột)

- 200 gram bánh quy bột ngô nghiền
- 100 gram bơ
- ½ tách cà phê Pimpinela Golden rây nóng
- 1 muỗng cà phê men hóa học

Sự chuẩn bị

1. Làm nóng lò ở 180°.
2. Đun chảy bơ trong cà phê rồi trộn dần với bánh quy nghiền nát đã trộn sẵn men. Xếp một dạng lò xo có thể tháo rời (đường kính 20 cm) lên độ cao 1/2 cm. Nướng trong 30 phút.

3. Hủy bỏ và chờ đợi để làm mát.

3. Bánh sô cô la và cà phê

Thành phần

Bánh ngọt:

- 1 3/4 cốc đường tinh luyện ▯ 2 ½ cốc bột mì
- ½ chén bột ca cao 50%
- 1½ muỗng cà phê bột nở
- 1½ muỗng cà phê men hóa học
- 1 muỗng cà phê muối
- 2 quả trứng lớn, nhiệt độ phòng
- 1 cốc sữa
- 1 muỗng cà phê giấm
- 2 muỗng cà phê vani
- Cà phê pha nóng Santa Clara 240ml
- 1 chén dầu thực vật

Trần nhà:

- 125 g bơ ở nhiệt độ phòng
- 1 chén bột ca cao 50%
- 2 ½ chén đường bột
- 2 muỗng canh cà phê pha
- ½ muỗng cà phê vani

Sự chuẩn bị :

Bánh ngọt:

1. Làm nóng lò nướng đến 200 độ .
2. Mỡ và rắc bột ca cao (hoặc bột mì) ở dạng 33 x 23 cm.
3. Trong một bát lớn, kết hợp đường, bột mì, ca cao, bột nở, bột nở và muối, trộn đều. Thêm trứng, sữa, giấm, vani, cà phê và dầu. Trộn tất cả mọi thứ bằng máy đánh trứng hoặc máy xay ngâm trong 2 phút. Đặt vào chảo đã chuẩn bị sẵn và nướng trong 30-40 phút, hoặc cho đến khi một cây tăm được cắm vào giữa sẽ sạch sẽ. Để nguội trong 10 phút trước khi thêm topping.

Trần nhà:

1. Đun chảy bơ trên lửa nhỏ trong một cái chảo vừa. Tắt lửa và thêm ca cao. Vặn lửa ở mức trung bình và nấu cho đến khi nó bắt đầu sôi. Tắt lửa và

thêm đường, cà phê và vani. Trộn đều với một fuet. Để kem nguội trong 10 phút cho đến khi nó đặc lại một chút. Ngay lập tức phết lên trên bánh trong chảo. Không nên để men nguội quá sẽ khó phết lên mặt bánh.

4. Latte bạch đậu khấu và quế mùa đông

Thành phần

- 1 lon nước cốt dừa (kem đánh bông thuần chay thay thế)
- 6 viên bạch đậu khấu
- 2 quế (s).
- 160ml cà phê
- 100ml sữa hạnh nhân (hoặc sữa yến mạch)
- Chuẩn bị quế (xay, để rắc).

2. Đối với món latte thảo quả-quế cho mùa đông, trước tiên hãy cho nước cốt dừa vào tủ lạnh qua đêm.

3. Ngày hôm sau, lấy nước cốt dừa ra khỏi tủ lạnh, lấy phần kem dừa cứng ra khỏi hũ và cẩn thận đổ vào một cái bát đã được làm lạnh, không trộn với nước cốt. Trộn bằng máy trộn cầm tay cho đến khi nó trở thành kem.
4. Đặt các lát thảo quả và thanh quế vào một cốc lớn và đổ cà phê mới pha lên trên.
5. Đun nóng sữa trên bếp ở nhiệt độ thấp.
6. Rây vỏ bạch đậu khấu và quế, chia cà phê thành hai cốc rồi trộn với sữa ấm.
7. Đổ 2 đến 3 thìa kem dừa vào mỗi cốc và rắc latte quế thảo quả mùa đông với quế.

5. Bánh chuối socola

Thành phần

- 2 quả chuối (rất chín)
- 250ml sữa tách béo
- 300 g bột mì
- 1 muỗng cà phê bột nở
- 1 hũ muối
- 50 g sô cô la đen
- 150 gram đường chuẩn bị

1. Làm nóng lò nướng ở nhiệt độ 160°C.
2. Đối với bánh sô cô la chuối, tách trứng và xay nhuyễn chuối với sữa và lòng đỏ trứng. Rây bột với bột nở và muối.
3. Bào và trộn sô cô la đen, sau đó cho chuối nghiền vào khuấy đều.
4. Đánh lòng trắng trứng cho đến khi cứng và khuấy trong đường. Để lòng trắng trứng trượt trên bột chuối và nhẹ nhàng gấp xuống.
5. Lót khuôn bánh bằng giấy nướng và cho hỗn hợp vào.
6. Nướng bánh sô cô la chuối trong lò đã làm nóng trước ở nhiệt độ 160°C chỉ trong hơn một giờ.

6. Cà phê latte

Thành phần

☐ 150 ml sữa nguyên chất (3,5%)
☐ 1 pha chế cà phê

espresso

1. Đối với Caffè Latte, làm nóng sữa trong máy đánh sữa và bọt sữa. Đổ vào ly cao. Để cà phê espresso chảy trực tiếp vào ly hoặc nếu ly không vừa với máy, hãy rót nó vào ly bằng mặt sau của thìa. Điều này tạo ra 3 lớp điển hình!
2. Phục vụ caffè latte với một miếng sô cô la đen hoặc bánh quy (cantucci).

7. Cà phê latte nhà làm

Nguyên liệu

- Cà phê - 9 hạt
- Nước - 30ml
- Sữa béo (3,5%, tự làm) - 150 ml
- Đường để chuẩn bị hương vị

1. Nghiền hạt cà phê trong máy xay cà phê.
2. Đổ cà phê mới xay vào Turk, đổ nước lạnh.
3. Đặt gà tây ở nhiệt độ thấp, nấu cho đến khi bọt bắt đầu nổi lên.
4. Ngay khi bọt bắt đầu nổi lên, vớt cà phê ra khỏi bếp.

5. Đun nóng sữa, nhưng không đun sôi! Sữa nên được làm nóng (khoảng 80 độ).
6. Đánh sữa thành bọt khí.
7. Đổ một nửa sữa vào ly pha cà phê.
8. Lọc cà phê qua lưới lọc vào ly. Rót espresso vào ly thành một dòng mỏng dọc theo thành ly.
9. Đặt bọt sữa đã chuẩn bị lên trên. Đặt ống hút vào ly có đồ uống. Cà phê latte tự làm đã sẵn sàng.

8. Cà phê Ireland

Thành phần

- 100 ml rượu whisky Ireland
- 4 tách cà phê nóng
- 3 muỗng canh đường nâu

- 100g kem tươi
- đường thô để chuẩn bị trang trí

1. Đun nóng cà phê, rượu whisky và đường, khuấy đều và hòa tan đường, sau đó rót vào ly đã được làm nóng trước.
2. Đánh bông kem tươi và dùng làm topping trên cà phê, rắc một ít đường nâu.

9. Chuối cà phê socola

Thành phần

- 2 muỗng canh nước cốt chanh
- 1 muỗng canh đường
- 1 nhúm vani
- 1 quả chuối

- 2 muỗng canh xi-rô sô cô la
- 400 ml cà phê nóng mới pha
- 150ml sữa
- bột ca cao để rắc Các bước chuẩn bị

1. Đun sôi nước cốt chanh với đường, vani và 100 ml nước trong nồi. Gọt vỏ và thái hạt lựu chuối. Đổ vào nồi, đun nhỏ lửa trong 1-2 phút rồi tắt bếp. Để nguội một chút rồi rót vào 4 ly.
2. Trộn xi-rô với cà phê và cẩn thận đổ lên chuối trừ 2 muỗng canh. Đun nóng phần cà phê còn lại với sữa và trộn cho đến khi sủi bọt. Đổ cà phê lên trên và rắc một ít ca cao lên trên.

10. Cà phê có ga

Thành phần

- 2 ngày (Medjool; đọ sức)
- 1 nhúm bột vani
- 150 ml sữa (3,5% chất béo)
- 400 ml cà phê mới pha

Các bước chuẩn bị

1. Xay nhuyễn chà là với 2 thìa nước và vani. (Vì số lượng nhỏ nên cách này hoạt động tốt nhất với máy xay ngâm trong cốc có đường kính lớn hơn một chút so với mặt trên của máy xay.)
2. Rót một nửa quả chà là xay nhuyễn qua rây nhỏ vào ly và rót cà phê mới pha vào ly. Làm tương tự với phần còn lại của quả chà là xay nhuyễn.
3. Đun nóng sữa trong bình sữa nhỏ và đánh bằng máy đánh sữa cho đến khi nổi bọt. Phết caramel cà phê lên trên và dùng ngay.

11. Cà phê sữa

Thành phần

- 250ml cà phê
- 250 ml sữa (1,5% chất béo)

Các bước chuẩn bị

1. Pha cà phê, hâm nóng sữa và tạo bọt bằng vòi nhỏ. Chia cà phê thành 4 tách, đổ sữa vào và thêm bọt bằng thìa.

12. Cà phê thảo quả

Thành phần

- 200ml sữa tươi
- 1 viên bạch đậu khấu
- 1 bột ca cao
- 400 ml cà phê mới pha
- Đường để hương vị

Các bước chuẩn bị

2. Đun nóng sữa với viên thảo quả đã ép và ca cao và để yên trong khoảng 10 phút. Đổ qua lưới lọc

và chia một nửa cà phê giữa các cốc. Trộn phần còn lại với máy đánh sữa và đổ cà phê lên trên.
3. Phục vụ và làm ngọt cho vừa ăn.

13. Cà phê espresso lạnh

Thành phần

- 40 ml cà phê espresso
- viên đá thứ 4
- 60 ml sữa đặc (7,5% béo)

Các bước chuẩn bị

1. Chuẩn bị cà phê espresso theo hướng dẫn trên bao bì. Ngay lập tức đặt cái này vào cái lạnh trong khoảng 30 phút.
2. Cho đá viên vào ly và rót espresso lạnh lên trên.
3. Từ từ rót sữa đặc vào ly bằng thìa và dùng ngay.

14. Mocha đá lạnh và lắc bạc hà

Thành phần

- 600 ml espresso mạnh
- 150 g đường
- sô cô la bạc hà để trang trí
- xi-rô sô cô la bạc hà để hương vị

Các bước chuẩn bị

1. Hòa tan đường trong espresso nóng. Để cà phê nguội, sau đó cho vào ngăn đá và khuấy mạnh trong khoảng 2-3 giờ. Cứ sau 20 phút. Nếu chất lỏng bao gồm gần như hoàn toàn là các tinh thể đá, hãy xay nhuyễn một lần bằng máy xay sinh tố hoặc trong máy xay sinh tố.

2. Nêm với xi-rô sô cô la bạc hà. Cho granita vào 4 ly và trang trí với sô cô la bạc hà

15. Cà phê rum kem

Thành phần

- 25 g cà phê xay thô (4 muỗng cà phê)
- 150ml kem tươi
- 4 miếng đường để hương vị nhiều hơn
- 160 ml rượu rum nâu
- vụn sô cô la để rắc

Các bước chuẩn bị

1. Đun sôi 600 ml nước, đổ bột cà phê vào bình đã được làm nóng trước và đổ đầy nước. Để ngấm trong 5 phút.

2. Đánh kem cho đến khi sủi bọt. Tráng ly bằng nước ấm, thêm 1-2 viên đường với 4 cl rượu rum, rót cà phê qua rây lọc thật mịn và cho một ít kem lên trên mỗi ly. Phục vụ rắc sô cô la bào.

16. Công thức cà phê kẹo

Nguyên liệu trong công thức pha cà phê kẹo :

- 20g xi-rô sô cô la
- 20g sữa đặc
- 150ml cà phê Santa Clara mới pha

Trộn tất cả mọi thứ và thưởng thức!

17. Kem cà phê xứ Bavaria

Nguyên liệu làm kem cà phê Bavarian

- 1 muỗng cà phê hòa tan
- 1 cốc đá xay
- 1 muỗng canh bột ca cao (hoặc Chocolatto) ⬜ ½ cốc sữa
- 25 ml gelatin không vị hòa tan trong 1 muỗng canh nước ấm
- 4 lòng đỏ trứng
- 1 muỗng canh đường
- 1 cốc trà kem

Cách làm công thức kem cà phê Bavarian

1. Cho cà phê, gelatin, sữa vào máy xay sinh tố và đánh cho đến khi mọi thứ hòa tan.
2. Thêm cacao/chocolatto, đường, đánh tiếp.
3. Cuối cùng thêm kem, lòng đỏ trứng và đá bào. Nhấn lại. Đổ vào ly và làm lạnh trong 2 giờ. Ăn kèm với quả mọng.

18. Cà phê đá với kem

Thành phần

- 1 kem dừa cháy
- 200ml cà phê sữa đá 3 trái tim.

Chế độ chuẩn bị

1. Trộn cà phê trong máy xay sinh tố với kem dừa bị cháy.
2. Đổ vào ly sữa lắc và dùng ngay.

19. Cà phê đá cốt dừa và caramel

Thành phần

- 1 muỗng cà phê Pimpernel hòa tan
- 50ml nước ấm
- 100ml nước cốt dừa
- 50 ml sữa
- 50ml nước dừa
- 1 tsp đường (có thể là đường dừa)
- xi-rô caramel
- kem đánh

Sự chuẩn bị

1. Pha cà phê hòa tan với 50 ml nước nóng. Chờ cho đến khi nó nguội. Cho vào khay đá viên cùng với nước dừa và để nguội.
2. Khi nó ở dạng đá, cho vào máy xay sinh tố với sữa, nước cốt dừa và đường. Cho vào ly và phủ kem tươi và sốt caramel.

20. Cappuccino với vani và muối

Thành phần

- 1 muỗng kem vani chất lượng tốt (rất lớn)
- 2 muỗng canh Cappuccino Classic 3 Hearts
- 1 muỗng cà phê muối hồng Himalaya (dành riêng ½ muỗng canh để rắc)

Sự chuẩn bị

1. Trộn kem, cappuccino và nửa muỗng muối trong máy xay sinh tố.
2. Đặt trong cốc và đóng băng trong 2 giờ. Khi phục vụ, rắc phần muối còn lại.

Công thức làm bánh

21. Bánh Brownie cà phê dừa

Thành phần:

- 1 hộp trộn sẵn cho bánh hạnh nhân
- 3 quả trứng
- 1/3 chén dầu thực vật
- 60 ml cà phê pha
- 200 g dừa nạo

- 1 chén hạnh nhân rang
- ¼ muỗng cà phê chiết xuất hạnh nhân
- 1 lon sữa đặc
- lớp phủ sô cô la

Sự chuẩn bị :

1. Làm nóng lò nướng ở nhiệt độ 180 C. Cho hỗn hợp đã chuẩn bị sẵn cho bánh hạnh nhân, trứng, cà phê và dầu thực vật vào một cái bát và trộn cho đến khi được trộn đều. Đổ hỗn hợp vào một hộp thiếc đã bôi mỡ và nướng trong 20 phút hoặc cho đến khi một cây tăm cắm vào giữa lấy ra gần như sạch.

2. Trong khi nướng bánh hạnh nhân trong lò, trộn dừa, hạnh nhân, chiết xuất và sữa đặc cho đến khi kết hợp tốt. Khi bánh hạnh nhân đã sẵn sàng, lấy chúng ra khỏi lò và cẩn thận phết hỗn hợp dừa lên trên. Đặt hộp thiếc trở lại lò nướng thêm 15 phút nữa.

3. Để nguội trong 1 giờ và trang trí với men sô cô la.

22. Bánh kẹo trái cây

Thành phần:

- 1 1/3 cốc (trà) kẹo trái cây sấy khô ngâm trong 1 cốc cachaça
- 2/3 chén đường nâu
- 7 muỗng canh bơ đóng chai
- 1 cốc sữa ⬜ 1 quả trứng đánh tan
- 2 ¼ chén bột mì
- 1 thìa bột nở
- 1 muỗng cà phê gừng nạo
  1 muỗng cà phê và bột quế

Sự chuẩn bị

1. Cho trái cây sấy khô, bơ, đường và sữa vào nồi. Đun lửa nhỏ cho đến khi bơ và đường tan chảy. Dự trữ. Trộn đều bột mì, men và gia vị trong một cái bát. Chọc một lỗ ở giữa và thêm hỗn hợp trái cây khô. Thêm trứng đánh. Trộn đều mọi thứ bằng thìa silicone.
2. Cho vào khuôn bánh kiểu Anh đã bôi mỡ và nướng trong lò đã làm nóng sẵn ở nhiệt độ 180 độ trong khoảng 50 phút.

23. Cupcake cà phê Giáng sinh

Thành phần

- 1 dl bột mì
- 1/2 chén đường
- 1 chén bột ca cao
- 1 muỗng cà phê men hóa học
- 1/2 muỗng cà phê bột nở
- 1 thìa cà phê hòa tan Pimpinela
- 2 muỗng cà phê bột quế
- 1/4 muỗng cà phê bột đinh hương
- 1/2 muỗng cà phê bột gừng
- 1/2 muỗng cà phê muối

- 1/2 cốc sữa
  1/4 chén dầu thực vật
- 1 trứng lớn
- 1/2 muỗng cà phê tinh chất vani ☐ 1 cốc nước ấm.

Sự chuẩn bị

1. Làm nóng ngọn lửa đến 180 độ. Đặt lót cupcake vào chảo.
2. Cho bột mì, đường, ca cao, bột nở, men hóa học, đinh hương, quế, gừng và cà phê vào một cái bát. Trộn đều và để một bên. Trong máy xay sinh tố, thêm dầu, trứng, sữa và vani. Thêm các thành phần khô dành riêng và đánh ở tốc độ trung bình cho đến khi kết hợp tốt. Thêm nước nóng và đánh ở tốc độ cao thêm 1 phút nữa để tạo bọt khí. Trải đều bột vào chảo và nướng trong 20 phút hoặc cho đến khi tăm khô.

24. Bánh sắn cà phê dừa

Thành phần

- 3 chén sắn sống (sắn) trong một bộ xử lý thực phẩm
- 3 ly trà đường
- 3 muỗng canh bơ
- ¼ chén bã cà phê Santa Clara
- ¼ cốc sữa
- 3 lòng trắng trứng
- 3 viên đá quý
- ½ chén phô mai parmesan nạo
- 100 gram dừa nạo
- 1 muỗng canh bột nở
- 1 nhúm muối

Sự chuẩn bị

1. Cho sắn vào máy xay, cho vào khăn vải, vắt kỹ, chắt bỏ sữa. Trải bột trong khuôn và đặt sang một bên. Trong một máy trộn điện, đánh đường và bơ. Khi nó có màu trắng, thêm lòng đỏ trứng, phô mai bào, cà phê và sữa. Đánh cho đến khi tất cả các thành phần được kết hợp tốt. Thêm bột sắn và dừa. Trộn bằng thìa. Cuối cùng, trộn men và lòng trắng trong tuyết bằng thìa. Nướng ở dạng bôi mỡ mà bạn chọn trong lò nướng đã làm nóng trước ở 180 độ trong khoảng 40 phút hoặc cho đến khi bề mặt có màu vàng nâu.

25. Chuối cà phê chocolate

Thành phần

- 2 muỗng canh nước cốt chanh
- 1 muỗng canh đường
- 1 nhúm vani
- 1 quả chuối
- 2 muỗng canh xi-rô sô cô la
- 400 ml cà phê nóng mới pha
- 150ml sữa
- bột ca cao để rắc Các bước chuẩn bị

1. Đun sôi nước cốt chanh với đường, vani và 100 ml nước trong nồi. Gọt vỏ và thái hạt lựu chuối. Đổ vào nồi, đun nhỏ lửa trong 1-2 phút rồi tắt bếp. Để nguội một chút rồi rót vào 4 ly.
2. Trộn xi-rô với cà phê và cẩn thận đổ lên chuối trừ 2 muỗng canh. Đun nóng phần cà phê còn lại với sữa và trộn cho đến khi sủi bọt. Đổ cà phê lên trên và rắc một ít ca cao lên trên.

26. Công thức bánh hạnh nhân cà phê

Thành phần

- ¾ cốc sô cô la bột
- 1½ chén đường
- 1 muỗng cà phê muối
- 1½ chén bột mì
- ¼ cốc cà phê Pimpernel đã rây
- 1 thìa cà phê hòa tan Pimpinella
- 1 chén sô cô la chip
- 4 quả trứng đánh tan
- 1 muỗng canh vani
- ½ chén dầu thực vật
- Hạt được thái nhỏ
- dâu tây xắt nhỏ

sự chuẩn bị

1. Làm nóng lò ở 160 độ
2. Trộn đều tất cả các nguyên liệu khô trong một bát lớn.
3. Thêm các nguyên liệu lỏng, trứng đã đánh và chocolate chip.
4. Lót giấy nướng khuôn bánh lớn (20x20cm).
5. Nấu ở 160 độ trong 30 phút hoặc cho đến khi chín vừa
6. Làm mát trước khi phục vụ.

27. Bánh vả caramen cà phê

Thành phần

- 60 g đường mía nguyên chất
- 3 muỗng canh đường caster (để rắc lên quả sung)
- 10 quả sung hữu cơ (tươi)
- 4 quả trứng miễn phí (lòng đỏ và lòng trắng riêng biệt)
- 2 muỗng cà phê hòa tan
- 90 g bột mì
- Chuẩn bị 1 muỗng cà phê bột nở

1. Đối với món bánh vả caramen với cà phê, hãy rửa quả sung, cắt đôi theo chiều dọc, rắc đường cát lên và đặt mặt quả nằm úp xuống đáy chảo.
2. Đánh lòng đỏ trứng với toàn bộ đường mía trong tô cho đến khi sủi bọt. Trộn riêng bột mì với cà phê và bột nở rồi dần dần trộn mọi thứ với hỗn hợp trứng.
3. Cuối cùng, đánh lòng trắng trứng cho đến khi cứng và trộn với bột. Trộn một vài thìa tuyết để làm lỏng hỗn hợp, sau đó dùng thìa cao su để gấp phần tuyết còn lại vào bột theo chuyển động tròn.
4. Đổ hỗn hợp lên quả sung trong chảo và nướng trong 25 đến 30 phút. Bánh đã chín khi rút tăm ra không còn dính bột trên tăm.
5. Lấy bánh vả caramen nhân cà phê đã hoàn thành ra khỏi lò và lật mặt ngay (nếu không caramen sẽ dính vào chảo!). Một món tráng miệng ngon ngọt.

28. Bánh nướng xốp Mocha

Thành phần

- 3 quả trứng
- 180ml dầu thực vật
- 120 ml cà phê đậm đặc (ướp lạnh)
- 1 muỗng cà phê khối vani
- 240ml bơ sữa
- 210 g bột mì
- 170 g bột mì
- 25 g bột ca cao
- 210 g đường nâu
- 1/2 muỗng cà phê bột nở
- 1 muỗng cà phê bột nở

- 1/2 muỗng cà phê muối
- 100 g quả óc chó hoặc hồ đào (thái nhỏ)
- Chuẩn bị 170 g chocolate chip

1. Đối với bánh nướng xốp mocha, làm nóng lò nướng đến 190 độ và đặt khuôn giấy vào khay bánh nướng xốp.
2. Trộn trứng, bơ sữa, dầu, cà phê và vani trong một cái bát.
3. Trong bát thứ hai, kết hợp bột mì, ca cao, đường, bột nở, bột nở và muối. Sau đó thêm các loại hạt và sô cô la chip.
4. Sử dụng thìa, nhẹ nhàng gấp các thành phần ẩm vào hỗn hợp bột.
5. Đổ bột vào khuôn giấy và nướng bánh nướng xốp mocha trong khoảng 20-25 phút. Để bánh nướng xốp nguội trước khi ăn.

29. Bánh cà phê đơn giản

Thành phần

- 150 g bơ (đun chảy)
- 200 g đường
- 1 quả trứng
- 250ml cà phê (đen)
- 400 g bột mì (thường)
- 1 gói bột nở
- 1 gói đường vani
- chuẩn bị một ít vỏ chanh (để nếm thử)

1. Trong một bát lớn, đánh bơ, đường và trứng đã được làm ấm cho đến khi sủi bọt. Sau đó khuấy

đều bột mì đã trộn với bột nở, đường vani, vỏ chanh và cà phê.

2. Đổ bột vào chảo đã thoa mỡ hoặc khay có lót giấy nến (hộp, khay nướng bánh hoặc khay nướng bánh, hoặc khay nướng bánh tùy thích).
3. Nướng ở khoảng. 175°C (lò có quạt) ít nhất 45 phút, sau đó kiểm tra và nướng thêm 10 phút nếu cần.

30. Bánh nướng Tiramisu

Thành phần

- 1 cốc rượu mùi (hoặc cà phê/sữa có đường, để ngâm)

Đối với bánh tartlet:

- 200 g bột mì
- 1 muỗng cà phê bột nở
- 1/2 muỗng cà phê muối
- 2 quả trứng
- 60ml cà phê (đen)
- 1 chai hương rượu rum (khoảng 2 ml)
- 100 g đường

Đối với kem mascarpone:

- 2 quả trứng (tách)
- 5 muỗng canh đường
- 1 gói đường vani
- 300 g mascarpone chuẩn bị

1. Đối với bánh tartlet, làm nóng lò nướng ở nhiệt độ 180°C và đổ đầy khuôn giấy vào khuôn bánh muffin.
2. Tách trứng và trộn đều lòng đỏ với cà phê, hương vị rượu rum và 50 g đường. Đánh bông lòng trắng trứng và trộn với phần đường còn lại.
3. Trộn đều bột mì, bột nở và muối trong một cái tô. Từ từ khuấy hỗn hợp bột mì, muối và bột nở này vào hỗn hợp lòng đỏ trứng và cà phê. Cho lòng trắng trứng vào.
4. Đổ bột vào khuôn và nướng trong khoảng 20-25 phút.

5. Đối với kem, trộn lòng đỏ trứng với đường và đánh cho đến khi sủi bọt. Đánh lòng trắng trứng cho đến khi bông cứng. Khuấy mascarpone vào hỗn hợp trứng và thêm lòng trắng trứng. Cho vào tủ lạnh khoảng 1 tiếng!
6. Lấy bánh nướng nhỏ ra khỏi lò, ngâm chúng trong rượu mùi (hoặc cà phê có đường) và để nguội trên giá dây.
7. Lấy kem ra khỏi tủ lạnh và trang trí những chiếc bánh cupcake đã nguội với nó.

31. Bánh bao đậu phộng

Nguyên liệu làm bánh:

- 2 chén bột mì rây

- 1 muỗng canh bột nở
- ½ chén đậu phộng rang không muối
- ½ chén đường
- 5 thìa bơ
- 1 quả trứng đánh tan
- ½ tách cà phê cực mạnh 3 trái tim
- ¼ cốc sữa

Đối với bảo hiểm:

- ¼ chén bột mì đã rây
- 1 muỗng canh bơ
- ¼ chén đậu phộng rang không muối
- 1 thìa cà phê hòa tan 3 trái tim
- 1 ½ muỗng canh đường nâu

Sự chuẩn bị

1. Trong một cái bát, trộn đều bột mì, men, đậu phộng và đường. Thêm bơ và để nó trộn vào các nguyên liệu khô bằng nĩa.
2. Đập trứng vào một hộp khác và thêm sữa và cà phê. Cẩn thận thêm hỗn hợp này vào các thành phần khô. Chia bột vào khuôn và chuẩn bị topping. Trộn bột mì và bơ cho đến khi có độ đặc sệt. Cho đậu phộng, cà phê và đường vào rồi dùng phới trộn nhẹ nhàng. Rắc topping này

trên bánh bao. Nướng trong lò làm nóng trước ở 200 độ trong 20 đến 25 phút.

32. Bánh nướng xốp cà phê Ailen

Thành phần

- 1 thìa cà phê
- 400 g bơ sữa
- 130 g bột mì (thường)
- 130 g bột mì (thực tế)
- 1 gói bột nở
- 1 nhúm bột nở
- 80 g quả óc chó (thái nhỏ)
- 130 g đường (nâu)
- 1 quả trứng

- 70ml dầu thực vật
- 40ml rượu whisky
- Chuẩn bị 12 mẫu giấy

1. Hòa tan cà phê trong buttermilk.
2. Trong bát thứ hai, trộn bột mì, bột nở, bột nở và các loại hạt đã cắt nhỏ.
3. Sau đó thêm trứng đã đánh, đường, dầu và rượu whisky vào hỗn hợp bơ sữa.
4. Sau đó thêm hỗn hợp bột.
5. Đặt khuôn nướng giấy vào khuôn bánh muffin và đổ đầy bột (bạn cũng có thể đặt một nửa quả óc chó lên trên bột).
6. Cho bánh nướng xốp vào lò nướng đã làm nóng trước (160°C, lò có quạt) trong khoảng 20 phút.

33. Bánh chuối cà phê

Thành phần

- 4 quả chuối lùn lớn, rất chín
- 1 cốc (trà) vụn bánh mì
- 1 cốc (trà) đường
- 4 quả trứng
- 3/4 chén hướng dương hoặc dầu ngô
- 100 g hạt brazil xắt nhỏ
- 1 muỗng canh 3 cà phê dành cho người sành ăn
- 1 thìa (món tráng miệng) men hóa học

Sự chuẩn bị

1. Đánh chuối với trứng và dầu trong máy xay sinh tố. Thêm bột mì, đường và cà phê trong khi đánh liên tục.

2. Thêm hạt dẻ và men, trộn nhẹ nhàng. Nướng ở dạng mỡ trong lò ở 180°C trong khoảng 40 phút.

34. Bánh kem với cà phê Supreme Espresso Tres

Thành phần

- 1 tách (cà phê) cà phê pha mạnh
- Colomba lát (½ colomba)
- kem là đủ
- 1 viên cà phê TRES Supreme Espresso (hoặc yêu thích của bạn)
- 150 gram sô cô la nửa ngọt để làm tan chảy
- 2 muỗng canh kem chua

Phương pháp chuẩn bị

1. Lót hộp bánh bằng màng bọc thực phẩm. Thêm một lớp kem.
2. Thêm các lát Colomba. Mưa phùn trên cà phê căng thẳng. Thêm kem, sau đó là Colomba, đổ dần cà phê vào cuối chảo. Đặt trong tủ đông trong 1 giờ.
3. Làm ganache bằng cách thêm sô cô la tan chảy, cà phê espresso và kem. Bọc bánh với ganache trước khi phục vụ.

35. Bánh quy đường

Thành phần

- 1/2 lít sữa
- 15 g bột pudding vani
- 1 lòng đỏ trứng gà
- 5 ngày đường
- 12 ngày rama
- 12 ngày làm đẹp
- 2 gói. Ngón tay phụ nữ
- Chuẩn bị cà phê (lạnh trộn với một chút rượu rum).

1. Đối với bánh bông lan, cho sữa, bột bánh pudding vani, lòng đỏ trứng và đường vào đun sôi, khuấy liên tục.
2. Đặt Rama và Koketta vào ly trộn và ngay lập tức thêm hỗn hợp đã nấu chín và vẫn còn ấm vào ly trộn. Trộn trên cao trong 2 phút. Bây giờ để hỗn hợp nghỉ ngơi trong tủ lạnh trong 12 giờ.
3. Đánh bông kem bằng máy xay sinh tố.
4. Nhúng các ngón tay nấm vào hỗn hợp cà phê-rum và xen kẽ với kem đánh bông trong hộp bánh.
5. Trang trí bánh bông lan với kem tươi và dâu tây tùy thích.

36. Bánh nướng xốp cà phê hòa tan

Thành phần

- 4 lòng đỏ trứng
- 4 lòng trắng trứng
- 3 ½ muỗng canh đường
- 2 ½ muỗng canh bột bắp
- 1 muỗng (tráng miệng) cà phê hòa tan 3 trái tim truyền thống
- 4 muỗng canh dừa nạo
- 4 muỗng canh sô cô la hạt

Phương pháp chuẩn bị

1. Đánh lòng đỏ trứng với đường cho trắng.
2. Thêm bột ngô, cà phê hòa tan, sô cô la và dừa dần dần.
3. Lấy ra khỏi máy trộn điện và nhẹ nhàng cho lòng trắng trứng vào.
4. Nướng từng miếng ramekin đã bôi mỡ trong 30 phút ở nhiệt độ 180°C. Sau khi rang, rắc đường cát.

37. Bánh cà phê sữa

Thành phần

- 1 viên TRES cà phê sữa
- 3 quả trứng
- 4 quả chuối rất chín
- 2 chén bột yến mạch
- 1 chén mơ xắt nhỏ
- 1/2 chén quả óc chó xắt nhỏ
- 1/2 chén nho khô
- 1/2 chén mận đen xắt nhỏ
- 1 muỗng canh men

Nguyên liệu

1. Trong một cái bát, kết hợp yến mạch, quả óc chó, quả mơ, nho khô và mận.
2. Đánh trứng với chuối trong máy xay sinh tố. Thêm cà phê với sữa.
3. Thêm men vào các thành phần khô trong bát và trộn đều.
4. Thêm chuối đã đánh với trứng, trộn đều và cho mọi thứ vào chảo bánh kiểu Anh đã bôi mỡ để nướng trong lò đã làm nóng trước (180°C) cho đến khi chín vàng. Nếu muốn, rắc đường bột hoặc quế.

38. Bánh bí xanh cà phê espresso

Thành phần

- 320 g đường
- 300 g bột mì
- 100g bột hạnh nhân
- ½ muỗng cà phê bột nở
- 1 ½ muỗng canh men bột
- 500 g bí ngòi nạo
- 3 quả trứng
- ½ muỗng canh chiết xuất vani
- 2 muỗng cà phê bột quế
- ½ thìa hạt nhục đậu khấu
- 1 muỗng cà phê gừng nạo

- ½ muỗng cà phê muối
- 200 ml dầu hạt cải hoặc dầu ngô
- 50 ml Espresso Ameno TRES
- 150 g đường bột
- 150 g đường trắng

Sự chuẩn bị

1. Cho dầu, đường, trứng và vani vào máy xay sinh tố. Đánh ở tốc độ cao cho đến khi hỗn hợp có màu trắng đục (khoảng 10 phút).
2. Trong khi đó, trộn bột mì, quế, nhục đậu khấu, gừng, muối và bột nở trong một cái bát. Trộn đều. Thêm nội dung vào máy xay. Đánh trong 15 phút, hoặc cho đến khi mịn.
3. Cho zucchini và men bên ngoài máy trộn, trộn đều nhưng nhẹ tay. Đặt mọi thứ lên chảo đáy có thể tháo rời được bôi mỡ bằng bơ và bột mì. Cho vào lò nướng ở 190°C trong khoảng 50 phút.
4. Kết hợp hai loại đường trong một cái bát và cho cà phê espresso nhẹ đã lạnh vào. Trộn đều cho đến khi tạo thành lớp phủ.
5. Đặt trên bánh đã hoàn thành trong khi nó vẫn còn ấm. Phục vụ với một thìa kem đánh bông.

39. Bơ đậu phộng và bánh hạnh nhân cà phê

Thành phần

- 250 g sô cô la đen tan chảy
- 1 muỗng cà phê hòa tan Santa Clara
- 1 muỗng canh bơ trong thuốc mỡ
- 3 quả trứng
- 1 chén đường
- ¾ chén bột mì rây kỹ
- 1 muỗng cà phê tinh chất vani
- ½ chén bơ đậu phộng
- 1 muỗng canh bơ trong thuốc mỡ
- 2 muỗng canh đường
  1 cái này
  1 muỗng canh bột mì

☐
☐

Sự chuẩn bị

1. Trộn sô cô la tan chảy và cà phê hòa tan trong một cái bát với bơ. Cho trứng, đường, tinh chất vani vào trộn đều.
2. Cuối cùng cho bột mỳ vào, trộn đều. Dự trữ.
3. Trộn bơ đậu phộng với bơ, trứng, đường và bột mì. Hãy chắc chắn rằng nó là một dán rất mịn.
4. Ở dạng dầu mỡ, dùng muỗng múc bột vào bột, trộn sô cô la với đậu phộng.
5. Kéo điểm này sang điểm khác bằng thìa hoặc nĩa để có hiệu ứng cẩm thạch. Nướng trong lò đã làm nóng trước (180°C) trong 25 đến 30 phút.

40. Bánh kem phô mai với cà phê hạt phỉ

Thành phần

Đối với lớp vỏ hạt:

- 300 g hạt phỉ
- 60 g bơ
- 100 g đường
- 1 muỗng canh mật ong lỏng ☐ Phần nhân:
- 500 g ricotta (kem)
- 200 g phô mai kem (kem đôi)
- 2 muỗng canh bột mì
- 2 quả trứng (M)
- 125 g đường
- 1 gói đường vani
  1 muỗng cà phê bột quế
  Pha chế 60 ml espresso (ướp lạnh)

1. Đối với lớp vỏ hạt trên bánh phô mai kem cà phê hạt dẻ, làm nóng lò ở 200° (đối lưu 180°). Đặt hạt phỉ lên khay và nướng trong lò (ở giữa) trong 6-10 phút cho đến khi vỏ hạt nứt ra và chuyển sang màu đen. Vớt ra, phủ lên một chiếc khăn bếp và chà xát vỏ với nó. Hạ lò xuống 180° (đối lưu 160°).

2. Lót đáy và cạnh khuôn bằng giấy nướng. Để hạt phỉ nguội trong khoảng 30 phút.
3. Xắt nhỏ 2 thìa hạt và để sang một bên.
4. Đun chảy bơ, trộn với đường và mật ong rồi để nguội một chút. Cắt nhỏ các loại hạt còn lại trong máy băm nhỏ và khuấy vào hỗn hợp bơ. Đổ hỗn hợp hạt vào khuôn và phết xung quanh đáy và cạnh bằng thìa. Sau đó làm nguội khuôn với hỗn hợp.
5. Để làm nhân, trộn phô mai ricotta và kem bằng máy xay sinh tố cho đến khi mịn.
   Cho bột mì vào khuấy đều rồi từ từ cho trứng vào khuấy đều cho đến khi hỗn hợp sánh mịn. Khuấy đường, đường vani, bột quế và cà phê espresso.
6. Rải nhân lên đế bột. Nướng trong lò (giữa) trong 35-40 phút. Bánh đã sẵn sàng khi nó hơi "run" khi bạn chạm vào giữa chảo. Lấy bánh ra và để nguội trong vài giờ trên giá dây.
7. Trước khi phục vụ, lấy Bánh phô mai kem cà phê hạt phỉ ra khỏi chảo và rắc hạt phỉ đã để sang một bên.

41. Bánh đánh vần sô cô la

Thành phần

bột:

- 300 g bột mì
- 200 g hạnh nhân (xay)
- 150 gam đường
- 1/2kg bột nở
- 4 quả trứng
- 1 ly cà phê (lạnh)

Che:

- 180 g bơ
- 150 g sô cô la đen

- chuẩn bị 1 nhúm muối

1. Đối với bánh sô cô la đánh vần, trộn khô bột đánh vần, hạnh nhân xay, đường và bột nở. Sau đó đánh trứng và tách cà phê lạnh, trộn với các thành phần còn lại và phết hỗn hợp bột lỏng nhẹ lên đĩa. Nướng ở 200°C trong khoảng 20 phút.
2. Để bánh sô cô la đánh vần nguội và phủ bằng bìa tối.
3. Rắc thật nhiều yêu thương.

42. Bánh sữa chua

Thành phần

- 4 quả trứng

- 300-400 g bột năng
- 1 cốc sữa chua
- 200-300 g đường cát
- 100 - 200 g bơ (cắt khối nếu có thể)
- Mứt (để lây lan)
- 1 nhúm muối (không muối biển, nếu không sẽ quá mặn)
- 1 gói bột nở
- 1 gói chuẩn bị đường vani

1. Đối với bánh sữa chua, tách trứng và đánh lòng trắng trứng cho đến khi cứng (đừng quên một chút muối). Làm tan chảy bơ.
2. Thêm bơ đun chảy, đường bột, đường vani và bột nở vào lòng đỏ trứng và trộn đều.
3. Lần lượt cho lòng trắng trứng đã đánh bông, bột mì và hũ sữa chua vào một cách lỏng lẻo và cẩn thận.
4. Phết một ít bơ và bột mì lên đĩa nướng mà bạn chọn (có thể dễ dàng lấy bánh ra sau khi nướng). Đổ hỗn hợp bột vào khuôn và nướng ở nhiệt độ 200 – 220°C.
5. Sau khi nướng và để nguội, cắt đôi bánh sữa chua và phết mứt lên trên.

43. Bánh hoa anh túc

Thành phần

Đối với khuôn bánh 25 cm:

- 6 quả trứng
- 200 g hạt xám (xay)
- 100 g hạnh nhân (đã nạo)
- 50 g sô cô la (gạo)
- 80 g đường mía
- 250 g bơ (mềm)
- 1 muỗng canh đường vani
- 1 chiếc. Cam (chỉ vỏ)
- 1/2 quả chanh (chỉ vỏ)
- 1 nhúm muối ma thuật Sonnentor (tốt)

- Phết nho đen (hoặc tương tự)

Kem phủ lên bánh:

- 250 g đường cát
- 2 muỗng canh nước
- 2 muỗng canh nước cốt chanh
- Hỗn hợp hoa gia vị điện hoa

sự chuẩn bị

1. Đối với bánh hạt anh túc Flower Power, tách trứng thành lòng đỏ và làm sạch, trộn hạt anh túc với hạnh nhân và sô cô la.
2. Trộn bơ với đường bột, một chút muối, đường vani, vỏ cam và chanh cho đến khi sủi bọt. Dần dần trộn trong lòng đỏ trứng và khuấy đều cho đến khi sủi bọt.
3. Đánh lòng trắng trứng với đường mía thô trên lớp kem tuyết và cho vào hỗn hợp bơ xen kẽ với hỗn hợp hạt anh túc, hạnh nhân và sô cô la.
4. Đổ hỗn hợp vào khuôn lò xo đã bôi mỡ, rắc bột mì, nướng ở nhiệt độ 160°C trong khoảng. 50 phút, lấy ra khỏi khuôn sau khi nguội và bày ra đĩa.

5. Nghiền nhuyễn hỗn hợp hoa quả, ép qua rây, hơ nóng rồi phết mỏng lên trên và xung quanh toàn bộ bánh.
6. Đối với men, trộn các thành phần thành một khối mịn, dày. Trộn các loại gia vị hoa điện và tráng bánh.

44. bánh anh đào

Thành phần

Đối với bột:

- 200 g bơ
- 200 g đường cát
- 200 g bột mì
- 40g bột bắp
- 5 quả trứng
- 1 gói đường vani

Đối với tấm:

- 400 g anh đào

sự chuẩn bị

1. Rửa sạch, để ráo nước và bỏ hạt anh đào.
2. Làm nóng lò ở quạt 180°C. Lót khay bằng giấy nướng.
3. Tách trứng và đánh lòng trắng trứng cho đến khi bông cứng. Để làm điều này, đánh lòng trắng trứng cho đến khi chúng có màu trắng, sau đó trộn với một nửa lượng đường.
4. Trộn bơ, đường còn lại, lòng đỏ và đường vani cho đến khi sủi bọt.
5. Rây bột mì và bột ngô với nhau để không có lỗ trên bánh anh đào.
6. Trộn xen kẽ trứng-đường-tuyết với hỗn hợp bột vào khối lòng đỏ.
7. Trải bột lên giấy nướng và phủ anh đào lên trên.
8. Nướng bánh anh đào trong khoảng 15-20 phút, để nguội, thêm đường nếu muốn và cắt thành miếng có kích thước bất kỳ.

45. Bánh cam sô cô la với cỏ ngọt

Thành phần

- 4 miếng. chủ nhân
- 30 g nước ép cây thùa
- 20 g kem chua
- 4 muỗng cà phê hạt stevia
- 1 1/2 muỗng cà phê bột quế
- 1 muỗng cà phê bột vani bourbon
- 1 nhúm bột đinh hương
- 2 muỗng canh rượu rum
- 1 chiếc. Cam (nước ép và vỏ)
- 90 g nước cốt dừa
- 3 muỗng canh sữa (hoặc sữa đậu nành)

- 90 g bột mì nguyên hạt
- 35 g hạnh nhân (xay)
- 2 muỗng ca cao
- 10 g vụn bột mì (vụn bánh mì)
- 1 gói chuẩn bị bột nở tartar

1. Đối với bánh sô cô la và cam, tách trứng và để lòng trắng trứng sang một bên.
2. Trộn lòng đỏ trứng (lòng đỏ trứng), xi-rô cây thùa, kem, cỏ ngọt, quế, vani, đinh hương, rượu rum và vỏ cam thành một hỗn hợp bột mịn.
3. Trộn nước cốt dừa, sữa và nước cam trong một cái bát và thêm vào.
4. Khi làm điều này, đặt máy trộn ở mức thấp, vì khối lượng rất lỏng.
5. Trộn đều bột mì, hạnh nhân, ca cao, vụn bánh mì (breadcrumbs) và bột nở với nhau.
6. Trộn với đại chúng.
7. Cho lòng trắng trứng đã đánh bông vào, đổ đầy khuôn và nướng trong lò đã làm nóng sẵn ở 180°C trong 40 đến 45 phút.

46. Bánh hạt bí với kem rượu rum

Thành phần

Đối với bánh hạt bí ngô:

- 8 chiếc. Lòng đỏ trứng
- 200 g đường cát
- 8 g vụn bánh mì
- 200 g hạt bí ngô (xay)
- 1 gói đường vani
- 2 muỗng canh rượu rum
- 8 miếng lòng trắng trứng
- Bơ và bột mì (cho chảo)

Đối với kem rượu rum:

- 200ml kem tươi
- 4 cl rượu mùi trứng
- 1 ly rượu rum
- 1 muỗng cà phê đường vani

1. Đối với bánh hạt bí ngô, đánh lòng đỏ trứng với 1/3 lượng đường cát, một chút muối và đường vani cho đến khi nổi bọt.
2. Trộn đều hạt bí ngô Styria đã xay mịn, bột mì, rượu rum và vụn bánh mì cũng như xen kẽ bột mì với lòng trắng trứng đã đánh với lượng đường còn lại cho đến khi nổi bọt cứng.
3. Lót đáy khuôn bánh cỡ trung bình bằng giấy nướng, phết bơ lên các cạnh và rắc bột mì lên.
4. Đổ hỗn hợp bánh vào và nướng ở 170°C trong khoảng 40 phút cho đến khi có màu nâu nhạt.
5. Đối với kem rum, đánh kem tươi cho đến khi hơi cứng, trộn nhẹ trứng, rượu rum và 1 muỗng cà phê đường vani và dùng thìa phết lên các miếng bánh.

47. Bánh nướng xốp cà phê-hạt phỉ -sô cô la

Thành phần

- 280 g bột mì
- 210 g đường
- 3 quả trứng
- 2 gói đường vani
- 150 g bơ (đun chảy)
- 50 ml sữa
- 150ml Kaffee (lạnh)
- 1 quả vani (thịt từ nó)
- 4 muỗng canh quả phỉ (xay)
- 2 muỗng canh sô cô la sữa (nghiền)

1. Đối với bánh nướng xốp cà phê, hạt phỉ và sô cô la, hãy làm nóng lò nướng ở nhiệt độ 150 độ. Bôi trơn hộp muffin bằng bơ và rắc bột mì. Hoặc lót bằng giấy lót muffin nhỏ.
2. Trộn đường, đường vani, cùi của một quả vani và 4 quả trứng cho đến khi nổi bọt. Trộn đều bột mì, bột nở, các loại hạt và sô cô la.
3. Làm tan chảy và khuấy trong bơ. Khuấy sữa và cà phê. Cuối cùng cho hỗn hợp trứng và đường vào khuấy đều.
4. Bánh nướng xốp sô cô la cà phê hạt phỉ trong lò nướng trong 25-30 phút ở 180 độ.

48. Bánh bò cà phê nhanh

Thành phần

- 4 quả trứng
- 1 nhúm muối
- 100 g quả óc chó (nghiền mịn)
- 1 gói bột cà phê đá (20 g)
- 2 muỗng canh đường bột
- 1 shot rượu rum anh đào
- Chuẩn bị 1 chén kem tươi

1. Để có món bánh cà phê thịt bò nhanh, trước tiên hãy tách trứng ra. Đánh lòng trắng trứng bằng một nhúm
muối cho đến khi cứng. Đánh lòng đỏ trứng và đường bột cho đến khi sủi bọt.
2. Trộn bột cà phê đá, các loại hạt nghiền và rượu rum anh đào vào hỗn hợp lòng đỏ. Xoay lòng trắng trứng xuống và phân phối hỗn hợp ở dạng lò xo nhỏ bôi mỡ và bột mì (đường kính 20 cm).
3. Phục vụ với kem đánh bông và quả óc chó nghiền thô. Nướng ở khoảng. 170°C.

49. Bánh bò

Thành phần

- 200 g bơ
- 250 gam đường
- 1 gói đường vani
- 5 lòng đỏ trứng
- 1 nhúm quế
- 180 g quả phỉ (gạo hoặc quả óc chó)
- 120 g bột mì (thực tế)
- 3 muỗng cà phê bột nở
- 5 miếng lòng trắng trứng
- Chuẩn bị 100 g sô cô la (thái nhỏ)

1. Đối với bánh bun hạt, khuấy bơ cho đến khi nổi bọt và dần dần thêm đường, đường vani, lòng đỏ trứng, quế, các loại hạt và bột trộn với bột nở.
2. Đánh lòng trắng trứng cho đến khi bông cứng. Nhấc sô cô la đã cắt nhỏ từ dưới tuyết lên và gấp khối này vào bột. Đặt hỗn hợp ở dạng mỡ tốt, vụn.
3. Nướng với không khí nóng ở 180°C trong khoảng 45 phút. Để trong lò đã tắt trong 5 phút trước khi lấy ra.
4. Để nguội và bọc đường.

50. Bánh phô mai Nutella

Thành phần

- 5 quả trứng
- 300 g bột mì
- 100 g đường
- 250 g sữa đông
- 200 g bơ (mềm)
- 200 g Nutella
- 100 g sô cô la (để tan chảy)
- 1 muỗng canh Nutella (để tan chảy)
- 200 g sô cô la

sự chuẩn bị

1. Mỡ chảo nướng và rắc đường.
2. Tách trứng, đánh lòng đỏ với đường cho nổi bọt, đánh lòng trắng trứng cho bông cứng.
3. Đun chảy Nutella với bơ và sô cô la rồi khuấy vào lòng đỏ trứng và khối đường cùng với khối phô mai và bột mì đã rây, cho lòng trắng trứng vào, đổ đầy khuôn Gugelhupf và nướng ở 160°C trong khoảng 45 phút.
4. Để Gugelhupf nghỉ trong 5 phút trước khi lật lại.
5. Trong khi Gugelhupf đang nghỉ ngơi, hãy làm tan chảy sô cô la và Nutella còn lại.

6. Trang trí Gugelhupf sữa đông Nutella ấm với sô cô la lỏng và dùng khi còn ấm.

ĂN CHAY

51. Cà phê và chuối lắc

Thành phần

- 400 ml cà phê (nóng, đậm)
- 2 muỗng canh đường
- 2 quả chuối (khối lớn)
- 1/2 đậu vani (cùi)
- 2 muỗng canh hạt hạnh nhân (xay mịn)
- 2 muỗng cà phê xi-rô phong

- 6 viên đá
- Dừa bào sợi (để trang trí) Chuẩn bị

1. Đối với cà phê chuối lắc, đầu tiên trộn cà phê với đường cho đến khi tan hết. Làm lạnh trong tủ lạnh ít nhất 30 phút.
2. Trộn cà phê, chuối, vani, hạt hạnh nhân và xi-rô trong máy xay sinh tố. Thêm đá viên và trộn cho đến khi cắt nhỏ.
3. Đổ hỗn hợp chuối lắc cà phê vào hai ly uống nước dài và trang trí bằng dừa bào sợi.

52. Bánh vả caramen cà phê

Thành phần

- 60 g đường mía nguyên chất
- 3 muỗng canh đường caster (để rắc lên quả sung)

- 10 quả sung hữu cơ (tươi)
- 4 quả trứng miễn phí (lòng đỏ và lòng trắng riêng biệt)
- 2 muỗng cà phê hòa tan
- 90 g bột mì
- 1 muỗng cà phê bột nở

Sự chuẩn bị

1. Đối với món bánh vả caramen với cà phê, hãy rửa quả sung, cắt đôi theo chiều dọc, rắc đường cát lên và đặt mặt quả nằm úp xuống đáy chảo.
2. Đánh lòng đỏ trứng với toàn bộ đường mía trong tô cho đến khi sủi bọt. Trộn riêng bột mì với cà phê và bột nở rồi dần dần trộn mọi thứ với hỗn hợp trứng.
3. Cuối cùng, đánh lòng trắng trứng cho đến khi cứng và trộn với bột. Trộn một vài thìa tuyết để làm lỏng hỗn hợp, sau đó dùng thìa cao su để gấp phần tuyết còn lại vào bột theo chuyển động tròn.
4. Đổ hỗn hợp lên quả sung trong chảo và nướng trong 25 đến 30 phút. Bánh đã chín khi rút tăm ra không còn dính bột trên tăm.
5. Lấy bánh vả caramen nhân cà phê đã hoàn thành ra khỏi lò và lật ngay (nếu không

caramen sẽ dính vào chảo!). Một món tráng miệng ngon ngọt.

53. Bơ chiết xuất cà phê

Thành phần

- 2 miếng bơ
- 2 muỗng canh đường nâu
- 1 ly cognac
- Chiết xuất cà phê
- Hạt nhục đậu khấu, tán thành bột)

Sự chuẩn bị

1. Đối với phần bơ có chiết xuất cà phê, bạn gọt vỏ bơ và dùng máy xay sinh tố để làm bã, đường và rượu mạnh.
2. Chia phần này thành 4 bát, đổ một ít chiết xuất cà phê lên trên và rắc hạt nhục đậu khấu.

54. Pudding Cantuccini sốt cà phê

Thành phần

- 100 g cantuccini
- 50 g cà tím
- 85 g bơ (mềm)
- 35 g đường
- 3 quả trứng)
- 35 g đường
- 1 muỗng cà phê bơ (mềm)
- 2 muỗng canh đường
- Cho nước sốt:
- 250ml kem tươi
- 50 gam đường
- 2 muỗng cà phê bột cà phê hòa tan

- 1 lòng đỏ trứng gà

Sự chuẩn bị

1. Đối với bánh pudding cantuccini với nước sốt cà phê, hãy cắt nhỏ cantuccini và amaretti trong máy xay. Trộn bơ với đường cho đến khi sủi bọt. Tách trứng, khuấy lòng đỏ với cantuccini amaretti xắt nhỏ vào hỗn hợp bọt và đánh mạnh lòng trắng trứng. Rắc 35 g đường vào, tiếp tục đánh đến khi hỗn hợp bông xốp nhẹ thì cho vào hỗn hợp bọt.

2. Bơ khuôn và rắc đường, đổ hỗn hợp vào, đặt khuôn vào khay sâu, đổ đầy nước nóng đến khoảng 3/4 chiều cao khay và luộc bánh pudding trong lò. Đun sôi kem và đường, để lửa nhỏ trong 15 phút, lọc lấy nước.

3. Bột cà phê và lòng đỏ đánh bông, cho vào whipping cream đang nóng, đun sôi trở lại nhưng không đun sôi nữa, để nguội. Để phục vụ, úp bánh pudding ra đĩa và rưới sốt cà phê lên, rắc bánh pudding cantuccini với sốt cà phê với đường bột nếu muốn và trang trí bằng hạt cà phê và trái tim kem.

55. Men trắng trứng cà phê

Thành phần

- 30 g lòng trắng trứng (đã thanh trùng, tương đương 1 lòng trắng trứng)
- 200 g đường cát (rây mịn, thêm một chút nếu cần)
- 30ml rượu rhum
- 1 muỗng cà phê bột cà phê (hòa tan trong 10 ml nước)

Sự chuẩn bị

1. Cho lòng trắng trứng với đường vào một cái hộp và đánh cho đến khi hỗn hợp bông cứng và sủi bọt.
2. Trộn bột cà phê đã hòa tan và rượu rum.
3. Làm nóng men trắng trứng một chút trước khi áp dụng nó. Nếu cần, hòa tan 10 g dầu dừa khác trong đó.

56. Cà phê cá chốt

Thành phần

- 8 muỗng cà phê cà phê hòa tan
- 8 muỗng cà phê đường
- 8 muỗng cà phê nước (nóng)
- 100 ml sữa
- Bột ca cao

Sự chuẩn bị

1. Trong một cái bát, khuấy đều cà phê hòa tan, đường và nước nóng bằng máy đánh trứng.
2. Đánh trong 3 đến 4 phút cho đến khi đạt được độ đặc như kem.
3. Cho đá viên đã nghiền vào ly, đổ sữa lên trên.

4. Đổ khối cà phê kem lên sữa, rắc một ít bột ca cao lên trên.
5. Khuấy một lần và thưởng thức.

57. Cà phê chuối

Thành phần

- 2 quả chuối (chín)
- 1 giọt nước cốt chanh
- 2 muỗng cà phê xi-rô phong
- 1/2 muỗng cà phê quế
- 4 cà phê espresso (gấp đôi)

Sự chuẩn bị

1. Đối với món cà phê chuối, trước tiên hãy gọt vỏ và nghiền chuối. Trộn với nước cốt chanh, xi-rô

cây phong và quế. Chia chuối giữa 4 ly chịu nhiệt nhỏ.

2. Chuẩn bị cà phê espresso và thêm một tách cà phê espresso vào mỗi hỗn hợp chuối (nếu cần, hãy làm ngọt trước để nếm thử).

3. Phục vụ cà phê chuối rắc một chút quế.

58. Cà phê ủ ấm tâm hồn

Thành phần

- 500 ml cà phê (nóng, đậm)
- 1 cây hồi
- 5 quả bạch đậu khấu (xanh)
- 75 g đường mía (nâu)
- 80ml rượu rum
- Kem tươi (nướng)

Sự chuẩn bị

1. Để có ly cà phê ấm áp hơn, trước tiên hãy ép vỏ bạch đậu khấu vào cối để tách hạt. Điều này cũng có thể được thực hiện thủ công bằng cách

mở vỏ và lấy hạt ra. Sử dụng bát cũng vậy, chúng chứa rất nhiều mùi thơm.
2. Thêm hoa hồi và bạch đậu khấu vào cà phê mới pha và ngâm trong 20 phút. Tạo sự nỗ lực.
3. Làm ngọt với đường và khuấy cho đến khi tan hết.
4. Sau đó đun sôi lại, loại bỏ nhiệt và thêm rượu rum.
5. Phục vụ cà phê trùm đầu ấm áp hơn.

59. Cà phê và kem hạt anh túc với anh đào ướp

Thành phần

- 1 chiếc. Cà␣n phê kem đánh đá
- 1 miếng kem anh túc Đối với quả anh đào:
- 200 g anh đào (đọ sức)
- 100 ml Zweigelt
- 50 g giấm balsamic
- 1 quả vani (cháo)
- 1 thanh quế Trang trí:
- 1 thanh sô cô la
- 100ml kem tươi

Sự chuẩn bị

1. Đun sôi rượu vang đỏ với đường, bột vani, quế và giấm. Sau đó thêm quả anh đào và đun sôi lại trong giây lát, bắc ra khỏi bếp và để quả anh đào nguội trong chất lỏng.
2. Bào sô cô la thành dải lớn bằng dụng cụ vắt, đánh kem tươi cho đến khi bông cứng.
3. Chia quả anh đào vào bát tráng miệng, xếp kem lên trên và trang trí bằng kem và sô cô la.

60. Kem cà phê sô cô la Vistula với quả ướp

Thành phần

- 1 miếng kem
- 1 miếng kem sô cô la
- 1 chiếc. Càn phê kem đánh đá
- 1 muỗng canh hạt điều

Đối với quả mọng:

- 100 g quả mọng (hỗn hợp như việt quất, mâm xôi, phúc bồn tử, dâu tây, mâm xôi)
- 4 muỗng canh xi-rô hoa cơm cháy

- 1 thìa cà phê nước cốt chanh
- 10 lá bạc hà

Sự chuẩn bị

1. Nêm các loại quả mọng với xi-rô, bạc hà và nước chanh cắt thành dải mịn.
2. Xắt nhỏ hạt điều.
3. Cho kem vào tô và trang trí với quả mọng, các loại hạt xắt nhỏ và bạc hà tươi.

61. Latte bạch đậu khấu và quế mùa đông

Thành phần

- 1 lon nước cốt dừa (kem đánh bông thuần chay thay thế)
- 6 viên bạch đậu khấu
- 2 quế (s).
- 160ml cà phê
- 100ml sữa hạnh nhân (hoặc sữa yến mạch)
- Quế (xay, để rắc)

Sự chuẩn bị

1. Đối với món latte thảo quả-quế cho mùa đông, trước tiên hãy cho nước cốt dừa vào tủ lạnh qua đêm.
2. Ngày hôm sau, lấy nước cốt dừa ra khỏi tủ lạnh, lấy phần kem dừa cứng ra khỏi hũ và cẩn thận đổ vào một cái bát đã được làm lạnh, không trộn với nước cốt. Trộn bằng máy trộn cầm tay cho đến khi nó trở thành kem.
3. Đặt các lát thảo quả và thanh quế vào một cốc lớn và đổ cà phê mới pha lên trên.
4. Đun nóng sữa trên bếp ở nhiệt độ thấp.
5. Rây vỏ bạch đậu khấu và quế, chia cà phê thành hai cốc rồi trộn với sữa ấm.
6. Đổ 2 đến 3 thìa kem dừa vào mỗi cốc và rắc latte quế thảo quả mùa đông với quế.

62. Giấc mơ cà phê với Stevia

Thành phần

- 120 g kem đậu nành
- 250 g QuimiQ tự nhiên (1 gói thay thế 180 g Rama Cremefine cho bò)
- 1 muỗng canh xi-rô gạo
- 2 muỗng cà phê hạt stevia
- 2 muỗng canh rượu whisky (hoặc rượu mạnh hoặc rượu rum)
- 1/4 muỗng cà phê bột vani bourbon
- 1 cốc cà phê espresso nhỏ (được làm ngọt bằng 1/2 thìa cà phê hạt stevia)

Trang trí:

- hạt cà phê sô cô la

Sự chuẩn bị

1. Cho kem đậu nành đã đánh bông vào cà phê và để lạnh. Sau đó cho QuimiQ, xi-rô gạo, stevia, rượu whisky và vani vào đánh cho đến khi sủi bọt. Sau đó thêm cà phê và trộn đều với máy trộn ở mức thấp.
2. Trộn với kem đậu nành đã đánh bông, đổ đầy khuôn và để trong tủ lạnh từ 1 đến 2 giờ.
3. Trang trí với một ít kem đậu nành và một hạt cà phê sô cô la.
4. Rắc Coffee Dream với quế để thưởng thức.

63. Trứng phục sinh Cappuccino

Thành phần

- 1 quả trứng sô cô la (rỗng, lớn)
- 1 cà phê espresso (gấp đôi)
- 125ml sữa
- 1 ly eggnog
- Rắc sô cô la (tùy chọn)

Sự chuẩn bị

1. Đối với Cappuccino rượu mùi trứng phục sinh, trước tiên hãy bọc nửa quả trứng ra khỏi giấy nhôm. Cẩn thận nới lỏng nắp ở phía trên. Cho trứng vào cốc thích hợp (tốt nhất là cốc cappuccino).

2. Chuẩn bị cà phê espresso đôi. Ngay trước khi ăn, hãy hớt bọt sữa thành bọt sữa đặc. Bây giờ, nhanh chóng đổ cà phê espresso trước, sau đó một ít sữa với bọt sữa và rượu mùi trứng vào trứng sô cô la.

3. Trang trí cappuccino rượu mùi trứng Phục sinh với rắc sô cô la như mong muốn.

64. Góc cà phê

Thành phần

- 170 g bơ
- 80 g đường cát mịn
- 1 lòng đỏ (hoặc 1 lòng trắng trứng gà)
- 10 g đường vani
- 1 nhúm muối
- 250 g bột mì (loại thường)
- Kem bơ cà phê (để làm nhân)
- Có thể là một số kẹo mềm (để trang trí)
- Mứt mơ hoặc nho (để đánh răng)
- Kem sô cô la tùy chọn

Sự chuẩn bị

1. Nhanh chóng chế biến tất cả các nguyên liệu thành bột nhão, chỉ cho vào tủ lạnh trong thời gian ngắn nếu cần.
2. Cán mỏng bột với độ dày khoảng. 2 mm và cắt bánh quy bằng máy cắt quạt. Bạn cũng có thể cắt các hình tròn và dùng dao cắt chúng thành 4 phần tư.
3. Đặt các lát lò xo thu được lên khay nướng đã chuẩn bị sẵn và nướng ở nhiệt độ 165°C trong khoảng 12-15 phút.
4. Để nguội, cho kem bơ vào 2 ngăn, đậy nắp bằng mứt, tráng men bằng kẹo mềm và trang trí bằng kem xị t khi nguội.
5. Có thể trang trí với một số hạt cà phê sô cô la hoặc ngọc trai bạc.

65. Cà phê kem que

Nguyên liệu

- 480 ml cà phê (tùy khuôn to nhỏ)
- một ít đường (nếu cần)

Sự chuẩn bị

1. Đối với kem trên que, trước tiên hãy chuẩn bị cà phê như bình thường. Nếu muốn, làm ngọt bằng đường và đảm bảo đường tan hoàn toàn. Để nguội một chút.
2. Đổ cà phê vào khuôn kem. Đóng băng trong vài giờ.

3. Trước khi lấy kem ra khỏi que, nên hơ nhẹ khuôn dưới vòi nước ấm để kem dễ tan hơn.

67. Cappuccino nấm cục

Thành phần

- 100 g sô cô la đen
- 150 g sô cô la mocha
- 60 ml cà phê (cà phê Thổ Nhĩ Kỳ)
- 65ml kem tươi
- ½ muỗng canh bơ (mềm)
- 1 nhúm đường (tinh thể tốt)

Sự chuẩn bị

2. Đối với nấm cục cappuccino, hãy bẻ sô cô la thành những miếng nhỏ và đun chảy chúng bằng hơi nước.
3. Trộn sô cô la tan chảy với bơ, cà phê và kem ở nhiệt độ phòng.
4. Để nguội một chút.
5. Ngay sau khi khối lượng đã nguội, tách các mảnh nhỏ ra khỏi nó và tạo thành những quả bóng praline. Nếu bạn làm ấm tay ở giữa, việc cuộn sẽ dễ dàng hơn nhiều.
6. Nếu bạn thích, hãy cuộn nấm cục cappuccino trong đường, dừa, các loại hạt xắt nhỏ hoặc quả hồ trăn xắt nhỏ và đặt vào các khuôn nhân hạt đẹp mắt.

68. Bánh cà phê đơn giản

Thành phần

- 150 g bơ (đun chảy)
- 200 g đường
- 1 quả trứng
- 250ml cà phê (đen)
- 400 g bột mì (thường)
- 1 gói bột nở
- 1 gói đường vani
- một ít vỏ chanh (để nếm thử) Chuẩn bị

1. Trong một bát lớn, đánh bơ, đường và trứng đã được làm ấm cho đến khi sủi bọt. Sau đó khuấy

đều bột mì đã trộn với bột nở, đường vani, vỏ chanh và cà phê.

2. Đổ bột vào chảo đã thoa mỡ hoặc khay có lót giấy nến (hộp, khay nướng bánh hoặc khay nướng bánh, hoặc khay nướng bánh tùy thích).

3. Nướng ở khoảng. 175°C (lò có quạt) ít nhất 45 phút, sau đó kiểm tra và nướng thêm 10 phút nếu cần.

69. Cà phê đá

Thành phần

- 1 lít kem tươi
- 1 chiếc. đậu vani
- 200 g cà phê mocha (rang kỹ và xay)
- 8 chiếc. Lòng đỏ trứng
- 400 g đường cát
- Kem đánh bông (và que rỗng để trang trí)

Sự chuẩn bị

1. Đối với cà phê đá, đầu tiên đun sôi kem tươi với vani và trộn với cà phê mocha mới xay. Sau khi hỗn hợp này để yên trong 20 phút, lòng đỏ trứng được khuấy với đường bột cho đến khi sủi bọt rồi trộn cùng với hỗn hợp kem cà phê đã lọc trên ngọn lửa thấp nhất.
2. Khối lượng thu được được làm lạnh rất nhiều và sau khi đông lại, cà phê đá được phục vụ trong những chiếc ly cao có nắp và que rỗng.

70. Chuối cà phê socola

Thành phần

- 2 muỗng canh nước cốt chanh
- 1 muỗng canh đường
- 1 nhúm vani
- 1 quả chuối
- 2 muỗng canh xi-rô sô cô la
- 400 ml cà phê nóng mới pha
- 150ml sữa
- bột ca cao để rắc Các bước chuẩn bị

1. Đun sôi nước cốt chanh với đường, vani và 100 ml nước trong nồi. Gọt vỏ và thái hạt lựu chuối.

Đổ vào nồi, đun nhỏ lửa trong 1-2 phút rồi tắt bếp. Để nguội một chút rồi rót vào 4 ly.

2. Trộn xi-rô với cà phê và cẩn thận đổ lên chuối trừ 2 muỗng canh. Đun nóng phần cà phê còn lại với sữa và trộn cho đến khi sủi bọt. Đổ cà phê lên trên và rắc một ít ca cao lên trên.

71. Cà phê Ireland

Thành phần

- 100 ml rượu whisky Ireland
- 4 tách cà phê nóng
- 3 muỗng canh đường nâu
- 100g kem tươi
- đường thô để chuẩn bị trang trí

1. Đun nóng cà phê, rượu whisky và đường, khuấy đều và hòa tan đường, sau đó rót vào ly đã được làm nóng trước.
2. Đánh bông kem tươi và dùng làm topping trên cà phê, rắc một ít đường nâu.

72. Canapé cà phê và thịt bò

Thành phần

- 150 g bột mì
- 50 g bột ca cao (hơi đầu)
- 50 g hạt phỉ (xay)
- 1 muỗng cà phê bột nở
- Muối-
- 2 quả trứng (cỡ M)

- 150 gam đường
- 2 thìa cà phê (hòa tan, khoảng 10 g)
- 6 muỗng canh bia hạt cải
- đường bột (để phủi bụi)

Sự chuẩn bị

1. Đối với miếng cà phê và hạt, trước tiên hãy làm nóng lò nướng ở nhiệt độ 180 ° C. Lót giấy nướng lên hai khay nướng. Trộn bột mì, bột ca cao, hạt phỉ xay, bột nở và một chút muối vào tô.
2. Đánh trứng, đường, cà phê hòa tan và dầu hạt cải trong một bát lớn bằng máy xay sinh tố cho đến khi sủi bọt. Mỗi lần thêm một muỗng canh nguyên liệu khô và trộn nhanh mọi thứ thành bột nhão.
3. Múc các phần bột có kích thước bằng quả óc chó bằng thìa cà phê và đặt chúng thành một đống trên khay nướng bằng thìa cà phê thứ hai, chừa lại một khoảng trống.
4. Vết cà phê cắn vào lò (giữa). Nướng 12-13 phút 1 khay. Lấy ra, lấy giấy nướng ra khỏi khay nướng và để nguội trên giá dây. Bụi với đường cát.

73. Bánh tiramisu quả mâm xôi Nutella

Thành phần

- 250 g quả mâm xôi
- 250ml kem tươi
- 3 quả trứng (tươi)
- 500g mascarpone
- 24 ngón tay cái
- 250 ml cà phê (đậm)
- 350 g Nutella
- Bột ca cao (để rắc)
- Quả mâm xôi (để trang trí) Chuẩn bị

1. Pha cà phê và để nguội một chút.
2. Rửa sạch và xay nhuyễn quả mâm xôi.

3. Đánh kem tươi trong tô cho đến khi bông cứng, trộn trứng trong một tô khác cho đến khi nổi bọt. Thêm whipped cream và mascarpone vào, trộn nhẹ nhàng.
4. Nhúng các ngón tay nấm vào cà phê và đậy nắp dưới một khuôn (ví dụ: đĩa thịt hầm). Trộn phần cà phê còn lại với Nutella.
5. Phết kem mascarpone lên bánh quy, sau đó đổ kem Nutella và quả mâm xôi nghiền lên trên. Tiếp tục theo thứ tự này cho đến khi tất cả các nguyên liệu được sử dụng hết (kết thúc với kem mascarpone).
6. Làm lạnh tiramisu trong ít nhất 2 giờ.
7. Rắc bột ca cao và trang trí với quả mâm xôi trước khi ăn.

74. Bánh tiramisu chuối sữa đông

Thành phần

- 250 ml cà phê (đậm)
- 1 shot rượu rum (tùy chọn)
- 200ml kem tươi
- 250 g sữa đông
- 400 g mascarpone
- 50 g đường cát (hoặc tùy thích)
- 4 quả chuối
- 200 g bọ rùa
- Chuẩn bị bột ca cao (để rắc).

1. Đun sôi cà phê, để nguội một chút và trộn với một chút rượu rum.
2. Trong một cái bát, đánh kem tươi cho đến khi bông cứng. Trộn quark, macarpone và đường đóng băng. Gọt vỏ và cắt lát chuối.

3. Nhúng bọ rùa vào hỗn hợp cà phê và rượu rum rồi đặt chúng vào đĩa nướng. Phủ một lớp kem mascarpone, trên cùng là lát chuối và bọ rùa. Tiếp tục định cỡ cho đến khi tất cả các thành phần được sử dụng (kết thúc bằng một lớp kem mascarpone).
4. Làm lạnh ít nhất 2 giờ và rắc bột ca cao trước khi dùng.

75. Bánh sắn cà phê dừa

Thành phần

- 3 chén sắn sống (sắn) trong một bộ xử lý thực phẩm
- 3 ly trà đường
- 3 muỗng canh bơ

- ¼ chén bã cà phê Santa Clara
- ¼ cốc sữa
- 3 lòng trắng trứng
- 3 viên đá quý
- ½ chén phô mai parmesan nạo
- 100 gram dừa nạo
- 1 muỗng canh bột nở
- 1 nhúm muối

Sự chuẩn bị

1. Cho sắn vào máy xay, cho vào khăn vải, vắt kỹ, chắt bỏ sữa. Trải bột trong khuôn và đặt sang một bên. Trong một máy trộn điện, đánh đường và bơ. Khi nó có màu trắng, thêm lòng đỏ trứng, phô mai bào, cà phê và sữa. Đánh cho đến khi tất cả các thành phần được kết hợp tốt. Thêm bột sắn và dừa. Trộn bằng thìa. Cuối cùng, trộn men và lòng trắng trong tuyết bằng thìa. Nướng ở dạng bôi mỡ mà bạn chọn trong lò nướng đã làm nóng trước ở 180 độ trong khoảng 40 phút hoặc cho đến khi bề mặt có màu vàng nâu.

76. Cà phê Busserln

Thành phần

- 4 miếng lòng trắng trứng (120 g)
- 1 gói tấm mỏng (đường kính 40 mm)
- 4 muỗng cà phê mocha
- 200 g đường bột (caster sugar)

Sự chuẩn bị

2. Tách trứng để lấy vụn cà phê. Trộn lòng trắng trứng, đường và mocha và đánh kỹ trong bồn nước. Lấy ra khỏi nồi cách thủy và tiếp tục đánh cho đến khi khối nguội.

3. Đặt bánh xốp lên khay có lót giấy nướng và phết hỗn hợp theo từng phần nhỏ lên bánh xốp bằng túi đựng nhân. Để lại một cạnh nhỏ của bánh wafer xung quanh khối - bánh vẫn sẽ bong ra trong quá trình nướng. Nếu không có bánh xốp ở nhà, bạn có thể phết Busserl trực tiếp lên giấy nướng.
4. Nướng hạt cà phê ở nhiệt độ khoảng 150°C trong khoảng 30 phút.

77. Bánh quế Espresso và hạt thông

Thành phần

- 50 g hạt thông
- 2 muỗng cà phê hạt espresso
- 125 g bơ (mềm)
- 100 g đường
- 1 gói đường vani bourbon
- 3 quả trứng (cỡ M)
- 250 g bột mì
- 1 muỗng cà phê bột nở
- 75g kem tươi
- 1/8 espresso (mới pha, ướp lạnh)
- 1 nhúm muối
- Chất béo (đối với sắt bánh quế)

Sự chuẩn bị

1. Đối với bánh quế hạt thông espresso, nướng hạt thông trong chảo cho đến khi vàng nâu và để nguội một chút. Cắt nhỏ hạt cà phê espresso bằng một con dao sắc.
2. Đánh bơ, 50 g đường và vani cho đến khi sủi bọt. Tách trứng. Khuấy lòng đỏ trứng vào bơ và kem. Trộn bột mì, bột nở và hạt thông rồi trộn lần lượt với kem đánh bông, cà phê espresso và cà phê espresso.
3. Đánh lòng trắng trứng với muối và phần đường còn lại cho đến khi đặc và sệt lại rồi úp xuống.
4. Làm nóng trước bàn ủi, bôi mỡ mỏng lên bề mặt nướng. Cho khoảng 2 thìa bột vào giữa mặt dưới của mặt sau và đóng khuôn nướng bánh quế. Nướng bánh quế cho khoảng. 2 phút cho đến khi giòn và có màu nâu nhạt.
5. Espresso và bánh quế hạt thông Lấy ra, đặt lên giá và tiếp tục với phần bột còn lại theo cách tương tự.

78. Cốc cà phê Bánh quy

Thành phần

- 50 g bơ
- 150 g bột mì
- 2 muỗng ca cao
- 1 nhúm bột nở
- 50 g đường cát
- 1 nhúm muối
- 1 quả trứng
- 2 muỗng cà phê (mạnh)

Sự chuẩn bị

1. Đối với bánh quy cốc cà phê, cắt bơ thành miếng nhỏ. Rây bột mì, bột nở và ca cao. Trộn tất cả các thành phần với muối và đường bột, đánh trứng và trộn cà phê và nhanh chóng nhào thành một khối bột mịn. Để nghỉ trong tủ lạnh khoảng 1 tiếng.
2. Cán mỏng bột trên bề mặt đã rắc bột mì và cắt trái tim bằng hộp đựng bánh nướng nhỏ có bán trên thị trường và đặt lên khay nướng có lót giấy da.
3. Nướng bánh quy cốc cà phê trong lò đã làm nóng trước ở nhiệt độ 180°C trong khoảng 10 phút.

79. Bánh thạch đá cẩm thạch Cappuccino

Thành phần

- 125 g bơ
- 150 gam đường
- 4 quả trứng
- 1 gói đường vani
- 1 nhúm muối
- 250 g bột mì (đồng bằng)
- 1/2kg bột nở
- 2 muỗng canh sữa
- 4 muỗng canh bột cappuccino
- Đường bột (để rắc) Chuẩn bị

1. Đối với ugelhupf đá cẩm thạch cappuccino, trước tiên hãy đánh bơ cho đến khi sủi bọt. Trộn riêng một nửa số đường với lòng đỏ trứng và đường vani cho đến khi sủi bọt. Trộn cả hai khối lượng.

2. Rây bột mì với bột nở. Đánh lòng trắng trứng với phần đường còn lại cùng chút muối cho đến khi bông cứng. Khuấy nhẹ nhàng trong cả hai xen kẽ.

3. Chuyển một nửa bột sang bát thứ hai. Trộn bột cappuccino với sữa cho đến khi không còn thấy vón cục. Khuấy trong một nửa bột.

4. Mỡ và bột thành hình bánh (hoặc rắc vụn bánh mì). Đầu tiên đổ ánh sáng vào, sau đó là khối tối và luồn qua nó bằng một cây gậy để tạo ra một viên bi.
5. Nướng ở 150°C trong lò làm nóng trước trong khoảng 50 phút.
6. Xoay bánh đá cẩm thạch cappuccino ra và rắc đường bột.

80. Cà phê bơ trong ly

Thành phần

- 4 quả bơ (nhỏ, chín)
- 4 muỗng canh sữa hạnh nhân (ngọt)

- 4 muỗng cà phê hạt chia
- 1 nhúm bột quế
- 200 g sữa chua (10% chất béo)
- 600ml cà phê

Sự chuẩn bị

1. Cắt đôi quả bơ, loại bỏ đá và loại bỏ thịt khỏi vỏ.
2. Nghiền với sữa hạnh nhân và hạt chia và thêm quế.
3. Chia hỗn hợp bơ thành 4 ly. Đặt sữa chua lên trên và từ từ đổ cà phê mới pha (tốt nhất là từ máy hoàn toàn tự động) lên mặt sau của thìa.
4. Đặt ống hút và phục vụ.

NÓI CHUYỆN

81. Kem lát

Thành phần

- 1 muỗng canh bơ
- 3 muỗng canh đường
- 200 g topping đánh bông
- 200ml sữa
- Chuẩn bị bánh mì trắng (từ hôm trước).

1. Caramen 1 thìa bơ và 3 thìa đường trong nồi.
2. Sau đó đổ kem tươi và sữa tươi vào. Đun sôi cho đến khi đường tan hết.

3. Cắt bánh mì thành lát và nướng trong một ít bơ đã làm sạch ở cả hai mặt cho đến khi vàng nâu. Đặt các lát bánh mì vào bát và đổ hỗn hợp sữa-đường lên trên.
4. Bày ra đĩa dùng nóng với cà phê hoặc rượu ngọt (Trockenbeerenauslese).

82. Bánh trái cây

Thành phần

- 150 g bơ
- 100 g đường cát
- 3 lòng đỏ trứng
- 2 lòng trắng trứng
- 50 g đường cát
- 180 g bột mì (đồng bằng)
- 4g bột nở
- 100 ml sữa
- 100 g nho khô
- 50 g vỏ chanh (thái nhỏ)
- 50 g aranzini (thái nhỏ)

- 50 g sô cô la nấu ăn (thái nhỏ)
- Vani (hoặc đường khác)
- Vỏ chanh (bào)
- Muối-

Sự chuẩn bị

1. Trộn bơ với đường cát, một chút muối, vani hoặc đường và vỏ chanh bào cho đến khi sủi bọt. Dần dần khuấy trong lòng đỏ trứng. Đánh lòng trắng trứng với đường cát để tạo thành tuyết. Gấp vào hỗn hợp bơ. Trộn bột mì với bột nở, khuấy đều và đổ sữa vào. Trộn nho khô, vỏ chanh, aranzini và sô cô la. Đổ hỗn hợp vào khuôn gugelhupf đã được phết bơ và rắc bột mì. Nướng trong lò đã làm nóng trước ở nhiệt độ 160°C trong khoảng 55 phút.

83. Bánh nướng xốp Caipirinha

Thành phần

- 300 g bột mì
- 1 1/2 muỗng cà phê bột nở
- 1/2 tsp baking powder ⬜ 1 no.
- 300 g sữa chua (tự nhiên)
- 150 gam đường
- 100 ml dầu
- 4 trái chanh
- 50 ml rượu rum (trắng hoặc cachaca)
- 50 g sô cô la (màu trắng)
- 1 muỗng canh rượu rum (màu trắng)
- một chút chất béo (cho hình dạng) Chuẩn bị

2. Đối với bánh nướng xốp caipirinha, đầu tiên trộn bột mì với bột nở và bột nở.
3. Làm nóng lò nướng ở nhiệt độ 200°C.
4. Trộn trứng, sữa chua và đường trong một cái bát. Rửa sạch chanh, chà xát vỏ và ép.
5. Trộn nước cốt và vỏ của 3 quả chanh với rượu rum trắng. Thêm hỗn hợp bột và khuấy cho đến khi ẩm. Bôi trơn 12 hộp bánh muffin và đổ bột vào. Nướng bánh nướng xốp trong khoảng 25-30 phút. Vắt một nửa quả chanh khác và cắt những dải mỏng từ vỏ.
6. Cắt sô cô la thành miếng và đun chảy. Khuấy nước trái cây và rượu rum và phết lên bánh nướng xốp vẫn còn ấm.

84. Viên năng lượng xoài dừa

Thành phần

- 100 g Xoài Seeberger (trái cây sấy khô)
- 200 g chà là Seeberger (đã bỏ hạt)
- 75 g hỗn hợp đường mòn Seeberger
- 70 ml nước ▫ 2 tbsp dừa bào sợi ▫ Cán:
- Chuẩn bị 2 muỗng canh dừa bào sợi

1. Đối với Mango Coconut Energy Balls, đun sôi nước.
2. Trộn tất cả các thành phần và trộn đều trong máy xay sinh tố. Tùy thuộc vào độ đặc mong muốn, có thể thêm một ít nước.
3. Làm ấm tay của bạn và tạo thành những quả bóng có cùng kích thước từ hỗn hợp.
4. Sau đó lăn qua dừa bào sợi.
5. Đặt trong tủ lạnh trong vài giờ.

85. Cháo hoa ngô cúc

Thành phần

- 1 quả táo (nhỏ)
- 12 muỗng canh bột yến mạch
- 400 ml sữa
- 3 thìa cà phê mật ong
- 6 muỗng cà phê hoa ngô (khô)
- 2 muỗng canh hoa cúc

Sự chuẩn bị

1. Gọt vỏ táo, bỏ lõi và chà lên mặt thô của máy xay.

2. Cho táo đã nghiền, yến mạch và sữa vào nồi vừa đun vừa khuấy cho đến khi cháo có độ đặc mong muốn.
3. Thêm mật ong và hoa ngô vào khuấy đều. Đổ ra bát và rắc lên hoa cúc.

86. Pudding Colombia với cà phê

Thành phần

- 6 lát colomba xắt nhỏ
- 150 ml Cà phê 3 trái tim cao cấp được pha với 150 ml nước và 2 muỗng cà phê
- 100ml nước cam
- 1 muỗng canh vỏ cam
- 1 muỗng canh bơ trong thuốc mỡ
- Bột quế để hương vị
- 1 muỗng canh đường cát với quế để nếm

Sự chuẩn bị

1. Đặt các miếng Colomba vào một cái bát. Thêm cà phê, bơ, nước cam và vỏ. Cuối cùng, bao gồm quế.
2. Trộn đều và cho mọi thứ vào hộp bánh có lót giấy nướng. Rắc đường với quế trước khi cho vào lò nướng đã làm nóng sẵn (180°C) trong 40 phút.

87. Sandwich bơ đậu phộng và Espresso

Thành phần

- 1 ly 200 gram bơ đậu phộng
- 1 tách cà phê espresso (hoặc xay mạnh)
- 1 ly thạch trái cây màu đỏ
- Những lát bánh mì bạn chọn

Sự chuẩn bị

1. Phết bơ đậu phộng với cà phê vào máy xay thực phẩm.
2. Chuẩn bị bánh sandwich bằng cách phết bơ đậu phộng và cà phê lên một lát và mứt quả mọng lên mặt kia. Đặt các lát vào bánh sandwich và bạn đã hoàn thành!

88. Bánh cà phê sữa ngọt

Thành phần (bột)

- 200 gram bánh quy bột ngô nghiền
- 100 gram bơ
- ½ tách cà phê Pimpinela Golden rây nóng
- 1 muỗng cà phê men hóa học

Sự chuẩn bị

1. Làm nóng lò ở 180°.
2. Đun chảy bơ trong cà phê rồi trộn dần với bánh quy nghiền nát đã trộn sẵn men. Xếp một dạng lò xo có thể tháo rời (đường kính 20 cm) lên độ cao 1/2 cm. Nướng trong 30 phút.
3. Hủy bỏ và chờ đợi để làm mát.

89. Thanh sô cô la đậu phộng

Nguyên liệu

- 250 gram sô cô la tôi trộn sữa và sô cô la đen
- 400 gram bột mì
- 1 muỗng cà phê bột nở
- Chia nhỏ 250 gram bơ
- Bột yến mạch 300 gram
- 100 gram đường nâu
- 100 gram hạt muối và xắt nhỏ, tốt nhất là hỗn hợp
- 2 quả trứng nhỏ

cho kem

- 80 gram bơ đậu phộng giòn

- Sữa đặc 200 ml
- 200 ml sữa cô đặc ngọt béo

Sự chuẩn bị

1. Cắt nhỏ hai loại sô cô la - không quá mịn, không quá thô. Sử dụng bột nở và bơ để nhào bột thành bột nhão. Thêm bột yến mạch, đường nâu và các loại hạt xắt nhỏ và trộn mọi thứ.

2. Đặt một ít vụn bánh mì (khoảng một phần tư) với sô cô la cắt nhỏ vào bát thứ hai. Bạn không cần hỗn hợp này nữa.

3. Thêm trứng vào phần vụn còn lại, trộn đều mọi thứ và cho bột vào khay nướng có lót giấy nướng ở đáy. Nhấn xuống đúng cách-Đặt một chốt lăn nhỏ lên đó để mọi thứ đều và mịn. Nướng bột ở 180 độ lộn ngược trong khoảng 15 phút.

4. Trộn sữa đặc và sữa đặc có đường với bơ đậu phộng. Có thể không cần pha sữa đặc thông thường với sữa trân châu hơi béo. Tuy nhiên, kết quả tốt nhất thu được về kết cấu và hương vị.

5. Đổ hỗn hợp đậu phộng và sữa vào đế mới nướng, hơi lạnh. Nó tương đối lỏng! Rắc hỗn hợp bột và sô cô la còn lại lên miếng bánh, ấn xuống một chút và nướng trong khoảng 20 phút. Tìm thời điểm thích hợp để loại bỏ là không dễ dàng. Tốt

nhất là lấy nó ra khỏi lò nhanh hơn một chút. Bởi vì trời trở lạnh và mọi thứ trở nên khó khăn hơn. Cắt nó thành một thanh hoặc hình vuông và thưởng thức!

90. Bánh quy cà phê

Thành phần

Đối với bột:

- 160 g bột mì
- 80 g đường cát
- 80 g hạt dẻ
- 1 con gái ⬜ 1 muỗng canh rượu rum
- 120 g bơ
- 2 muỗng cà phê (loại mạnh) Đối với kem:

- 80 g bơ (mềm)
- 80 g đường cát ⬜ 2 tbsp cà phê (loại mạnh)

- 1 muỗng canh rượu rum Đối với men:
- 70 g đường cát
- 2 1/2 muỗng cà phê
- 1 giọt dầu (dầu dừa) chuẩn bị

1. Xử lý tất cả các thành phần thành bột và làm lạnh trong 1 giờ.
2. Cán mỏng bột và cắt hình tròn rồi nướng ở nhiệt độ 175°C trong khoảng 8 phút.
3. Đối với kem, đánh bơ với đường cho đến khi nổi bọt, sau đó từ từ khuấy rượu rum và cà phê.
4. Đổ kem vào bánh quy đã nguội.
5. Đối với men, trộn mọi thứ lại với nhau cho đến khi bạn có một khối có thể phết được.
6. Phết men lên bánh quy cà phê và trang trí bằng hạt đậu mocha.

91. Cà phê men

Thành phần

- 250 g đường cát
- nước nóng
- giấm cà phê
- 1 muỗng canh chuẩn bị sữa

1. Đối với men cà phê, đun sôi cà phê và giấm từ từ trong nồi cho đến khi tạo thành một khối sền sệt. Điều này làm cho men có màu nâu da lộn đẹp mắt.
2. Bây giờ, từ từ khuấy nước và cà phê vào đường cát đã rây cho đến khi tạo thành hỗn hợp lỏng, mịn. Cuối cùng, khuấy sữa vào men cà phê.

92. Quán cà phê

Thành phần

- 4 miếng lòng trắng trứng (120 g)
- 1 gói bánh quế (đường kính 40 mm)
- 4 muỗng cà phê mocha
- Chuẩn bị 200 g đường bột (đường bột)

1. Tách trứng để lấy vụn cà phê. Trộn lòng trắng trứng, đường và mocha và đánh kỹ trong bồn nước. Lấy ra khỏi nồi cách thủy và tiếp tục đánh cho đến khi hỗn hợp nguội.
2. Đặt bánh quế lên khay nướng có phủ giấy nướng và phết hỗn hợp thành từng phần nhỏ lên bánh

quế bằng túi da. Để lại một đường viền nhỏ của bánh quế xung quanh bột - bánh vẫn sẽ bong ra trong quá trình nướng. Nếu không có bánh quế ở nhà, bạn có thể phết trực tiếp Busserl lên giấy nướng.

3. Rang hạt cà phê ở mức xấp xỉ. 150°C cho khoảng. 30 phút.

93. Bánh quy Mocha

Thành phần

Bột mocha:

- 125 g bơ ▢ 90 g đường ▢ 1 cái.
- 110 g bột mì
- 60 g hạt phỉ (xay)
- 2 muỗng cà phê bột cà phê hòa tan

Kem phủ lên bánh:

- 125 g đường cát
- 2 muỗng cà phê bột cà phê hòa tan
- 3-4 muỗng canh nước

sự chuẩn bị

1. Đối với bánh mocha, đánh bơ và đường cho đến khi nổi bọt, sau đó đánh trứng.
2. Khuấy bột và quả phỉ. Hòa tan cà phê trong một ít nước và khuấy đều. Đặt từng chồng nhỏ 2 thìa cà phê lên khay và nướng trong 8-10 phút ở 200°.
3. Để nguội. Trộn đường bột với cà phê và nước để tạo lớp men. Đặt một lớp kem phủ lên mỗi chiếc bánh quy và trang trí bằng đậu mocha.

94. Bánh hạnh nhân Espresso

Thành phần

- 500 g socola đắng
- 75 ml espresso (mới pha)
- 300 g bơ
- 500 g đường (nâu)
- 6 quả trứng (nhiệt độ phòng và trung bình)
- 250 g bột mì
- 2 nhúm muối
- 4 muỗng canh hạt cà phê espresso (toàn bộ)
- Bơ (cho tấm nướng)
- Bột (cho tấm nướng)

sự chuẩn bị

1. Đối với bánh hạnh nhân cà phê espresso, hãy cắt nhỏ sô cô la. Đun sôi cà phê espresso, bơ và đường rồi để sang một bên. Khuấy 400g sô cô la và để cho tan chảy. Sau đó để nguội khoảng 10 phút. Làm nóng lò nướng ở nhiệt độ 180 ° C. Bôi trơn khay và rắc bột mì.
2. Khuấy lần lượt từng quả trứng vào hỗn hợp sô cô la trong khoảng. 1 phút. Trộn bột mì, muối và phần còn lại của sô cô la. Trải bột lên khay và rắc hạt cà phê espresso. Nướng trong lò ở nhiệt độ 160°C trong khoảng
3. 25 phút.
4. Để nguội và cắt bánh hạnh nhân espresso thành miếng lớn.

95. Rượu mùi cà phê vani

Thành phần

- 75 g hạt cà phê
- 175 g kẹo dẻo
- 2 quả vani
- Pha chế 700 ml rượu rum nâu (40% thể tích)

1. Đối với rượu mùi cà phê, cho hạt cà phê vào túi cấp đông và dùng búa nghiền nát nhưng không xay nhỏ.
2. Đổ đường phèn và hạt vani đã thái vào lọ sạch, đun sôi. Đổ rượu rum vào và đậy nắp thật chặt.

3. Đặt rượu mùi trong tủ đông trong 1 tuần và lắc mạnh mỗi ngày. Đổ qua rây mịn và đổ lại vào chai. Bảo quản rượu mùi cà phê trong mát và sau đó giữ được trong 2-3 tháng.

96. Kem hạt dẻ topping cà phê gia vị

Thành phần

- 200 g bột hạt dẻ (hoặc gạo hạt dẻ)
- 200ml kem tươi
- 100 ml sữa
- 24 g chuẩn bị đường icing

1. Đối với phần nhân kem hạt dẻ, khuấy đều tất cả các nguyên liệu cho đến khi đường bột tan hết và tạo thành hỗn hợp kem.
2. Đổ hỗn hợp vào máy đánh kem iSi 0,5 L, vặn máy đánh kem iSi và lắc mạnh. Làm lạnh trong tủ lạnh trong 1-2 giờ.

3. Cho 1 thìa cà phê đường vani, $\frac{1}{2}$ thìa cà phê vỏ cam và một nhúm quế, gừng và bạch đậu khấu vào cốc. Đổ cà phê mới pha lên trên. Ăn nóng với topping và thưởng thức ngay

97. Bánh kem cà phê

Thành phần

- 160 g mascarpone
- 1 muỗng cà phê espresso
- 1 muỗng cà phê rượu mùi
- 150 g bọ rùa (thái nhỏ)
- Bìa 110 g (màu trắng)
- một vài giọt dầu
- 50 g chế phẩm che phủ (tối)

1. Đối với bánh kem cà phê, trước tiên hãy trộn mascarpone với cà phê và rượu mùi cà phê. Sau đó cho vụn bánh quy vào khuấy đều để tạo thành một khối đặc, dễ viên thành những viên

tròn và không dính tay. Tung ra những quả bóng có cùng kích thước và cho vào tủ lạnh trong khoảng nửa giờ.

2. Trong khi đó, làm tan chảy lớp vỏ màu trắng bằng một vài giọt dầu trên nồi cách thủy. Nhúng thân cây ở một đầu và dán chúng vào quả bóng. Để nguội cho đến khi sô cô la khô hoàn toàn.

3. Sau đó tráng men bánh kem bằng lớp phủ sáng, lật chúng liên tục. Làm lạnh một lần nữa trong khoảng nửa giờ để men khô tốt.

4. Trong khi đó, làm tan lớp vỏ sẫm màu bằng một ít dầu. Làm trống phần trên của bánh kem và để bánh kem cà phê khô lại ở nơi thoáng mát trước khi ăn.

98. Cà phê đá hồi cam thảo

Thành phần

- 6 viên nén Nespresso
- 1 muỗng cà phê hạt hồi (nhỏ; xay)
- 1 thanh (s) cam thảo
- 1 muỗng canh mật ong ⬜ 7 lá bạc hà (tươi) ⬜ Đá viên Nguyên liệu:
- 2 nước men (110 ml)
- 1 ly

sự chuẩn bị

1. Chuẩn bị 6 espressos với sự lựa chọn cà phê Nespresso của bạn.
2. Kết hợp cà phê espresso với hạt hồi xay, rễ cam thảo hai phần và mật ong trong bình thủy tinh lạnh. Để nó ngâm trong 10 phút.
3. Tốt nhất là đặt bình trong một xô nước đá để làm mát hỗn hợp.
4. Rót vào ly đá lạnh và trang trí bằng lá bạc hà tươi, nửa rễ cam thảo và một vài viên đá.

99. Cà phê cuộn

Thành phần

- bánh quy

Đối với điền:

- 125ml cà phê
- 125ml nước
- 100 g đường cát
- 50 g bột mì
- 1 gói đường vani
- 1 chút rượu mùi cà phê (để nếm thử)
- 1 lòng đỏ trứng gà
- Chuẩn bị 250 g bơ (nhiệt độ phòng)

1. Đối với cà phê roulade, trước tiên hãy chuẩn bị bánh đường theo công thức cơ bản. Sau khi nướng, cuộn lại bằng khăn bếp khô, sạch và để nguội.
2. Trong khi chờ đợi, khuấy đều tất cả các nguyên liệu làm kem và đun sôi trong chảo, khuấy liên tục và để đặc lại cho đến khi kem có độ đặc như bánh pudding. Lấy nó ra khỏi bếp và để nguội. Sau đó cho bơ vào khuấy đều.
3. Cẩn thận lăn bánh bông lan ra một lần nữa, phết kem lên trên và cuộn lại cuộn tròn.
4. Phục vụ cà phê roulade.

100. Bánh pudding cà phê

Thành phần

- 1/2 l sữa (1%)
- 1 gói bột pudding vani
- Mất 1 muỗng cà phê
- 2 muỗng canh rượu rum
- Chuẩn bị chất tạo ngọt (nếu cần).

1. Đối với bánh pudding cà phê, trộn bột bánh pudding với một ít sữa.
2. Đun sôi phần sữa còn lại, cho cà phê, rượu rum và chất tạo ngọt vào khuấy đều. Đun sôi bánh pudding hỗn hợp và đổ vào bát tráng miệng.

PHẦN KẾT LUẬN

Chúng là những công thức quyến rũ và linh hoạt sẽ giúp những người yêu thích cà phê thưởng thức hương vị lạ thường và nổi bật đang ngày càng trở nên phổ biến trong cuộc sống hàng ngày. Chọn yêu thích của bạn và ăn uống tốt!

www.ingramcontent.com/pod-product-compliance
Lightning Source LLC
Chambersburg PA
CBHW050415120526
44590CB00015B/1975